# கருப்பு வெள்ளை

மாளவிகா இராஜேந்திரன்

**கருப்பு வெள்ளை**
கவிதை
ஆசிரியர் : மாளவிகா இராஜேந்திரன் ©
முதல் பதிப்பு : ஜூன் 2022
வெளியீடு : ஏலே பதிப்பகம்
5/175, பாத்திமா நகர், கூத்தென்குழி,
திருநெல்வேலி - 627104
தொடர்புக்கு : +91 9944992571

First Edition : *June* 2022
Pages: 198
**ISBN : 978-93-5533-314-8**
Aelay Publish
Contact : +91 9944992571
Designed by : Aelay publish team

# என்னுரை

பொற்சுவையை தொடர்ந்து

இது இரண்டாம் நூல், முற்றிலும் பொற்சுவையிலிருந்து மாறுபட்ட கருத்துக்கள் வேறுபட்ட கோணம், அனைத்து கவிஞர்களாலும் மிக எளிதில் தீட்டப்படும் ஓவியம் 'காதல்

அதே ஓவியம் என்னாலும் என் கைப்பக்குவத்தில் தீட்டப்பட்டு வண்ணம் பூசாமல் கருப்பு வெள்ளையாய்.....!

காதலென்பதும்,காமமென்பதும் அனைத்து பாலுக்கும் பொது, அனைத்து உயிர்களுக்கும் பொது வெறும் ஆணையும் பெண்ணையும் மட்டும் மையப்படுத்தி எழுதப்பட்டதில்லை.......

யாராலும் காதலிக்கப்படவில்லை என்பது எத்துனை பெரிய சாபம்........

எவ்வளவு கொடிய வலி.....

நொந்து போன புண்களில் கரையான் அறிப்பதை போன்றொரு உணர்வு....

சவக்குழியில் சடலத்தினை உண்டு வாழும் புழுவின் வாடை.....

யாராலும் காதலிக்கப்படாத இச்சவ உடலை

எந்த மண் தான் செரிக்கும்.....?.....!

ஏன் காதலை மட்டுமே எல்லோரும் பேசுகிறீர்கள் பேசுவதற்கு இவ்வுலகில் காதலை தவிர வேறெதுவுமே இல்லையா என்பவர்களுக்கு

இந்நூல் சமர்ப்பணம்.......


**காதலில்லா இவ்வுலகம் சூன்யம்.......**

காதலென்பதும்,காமமென்பதும் அனைத்து பாலுக்கும் பொது, அனைத்து உயிர்களுக்கும் பொது, வெறும் ஆணையும் பெண்ணையும் மட்டும் மையப்படுத்தி எழுதப்பட்டதில்லை.....

## அணிந்துரை

நடைமுறை வாழ்க்கையிலிருந்து ஒருவனை விடுவிப்பது காதல். சலிப்படைந்த வாழ்வைக்கூட ரசிக்க வைக்கிறது. மனித மனம் எப்போதும் காதலில் தஞ்சம் புகவே ஏங்குகிறது. காதலின் உலகம் தனி உலகம். ஆனால் அதிலும் காலங்கள் உண்டு. அன்பின் காலம் பிரிவின் காலம். அன்பின் நிமித்தமாய் செய்யப்பட்ட அத்தனையும் பிரியத்தின் பரிதவிப்பு முன் மண்டியிட்டு கதறுகிறது.

அதனை அழகாய்,

**'ஆயிரம் முறை நீ என்னை நிராகரித்தாலும்**
**அடுத்த நொடியே உன்னைப்பற்றி எண்ணும்**
**இந்த மனதை வைத்துக்கொண்டு**
**என்னதான் செய்ய முடியும்**
**உன்னை மறுபடியும் நினைப்பதை தாண்டி'**

என்று ஒரு கவிதையை தொடங்குகிறார் கவிஞர்.மாளவிகா.

காதலின் சாரம் இதுவேதான். யாராலேனும் நேசிக்கப்படவேண்டும் யாராலேனும் போற்றப்படவேண்டும். ஒவ்வொரு மனமும் அந்த அன்பிற்குத்தானே ஏங்குகிறது.

காதல் மானுட ரகசியம். நீர்வரப்பின் மீது விழும் சிறுகல் அதிர்வலைகளை எழுப்பிவிட்டு நீரின் ஆழத்தில் பதுங்கிக்கொள்வதுபோல நினைவின் மடிப்புகளுக்குள் படிந்துக்கொள்கிறது காதல். நீ வேண்டாம் போ.. நான் உன்னை வெறுக்கிறேன் என்று சொன்னபிறகும் கூட மீண்டும்மீண்டும் அங்கேயே செல்ல துடிக்கும்.

இதனை

'தாயிடம் அடிவாங்கிய பின்பும்
தாயிடமே அடைக்கலம் தேடும்
அந்தக் குழந்தையை போலத்தான் அவன்'

என ஒரு கவிதையில் அழகாய் வெளிப்படுத்தியிருப்பார்.

'காட்சி பிறழ்வு' என்று தலைப்பிடப்பட்ட கவிதையில் காதல் தரும் வரத்தையும் சாபத்தையும் ஒரு சேர நிகழ்த்தி மாயம் புரிந்திருக்கிறார்.

"காதலில்லா உடல் சதை பிண்டம்
காதலில்லா காமம் விபச்சாரம்"
எத்தனை பொருத்தமான வரிகள்.

இந்த கவிஞர்களுக்கு காதலின்றி பேசுவதற்கோ, எழுதுவதற்கோ எதுவுமேயில்லையா? என்று கேட்க தோன்றலாம்.

காதல்தானே இப்பிரபஞ்சத்தை மலர வைத்துக்கொண்டிருக்கிறது. எல்லாவற்றுமே காதலினால்தானே உயிர்க்கிறது. எழுத்துமட்டும் காதலில்லாமல் எப்படி உயிர்க்கும் என்ற பதிலால் வாயடைத்து போக செய்கிறார்.

புரட்சியும் காதலும் பெண்ணிற்கு தேவை. புரட்சியின்றி காதலில்லை காதலில்லாமல் புரட்சியுமில்லை.

கவிஞர்.மாளவிகாவின் இரண்டாவது படைப்பான 'கருப்பும் வெள்ளையும் காதலும்' எனும் இந்த கவிதை தொகுப்பு காதலுக்கு வர்ணங்கள் சேர்க்கட்டும்.

வாழ்த்துக்களுடன்
**மார்ஷல்**

பொற்சுவை வாசக தோழர்களுக்கு பேரன்புகள்.....

அணிந்துரை நல்கி இப்பத்தகத்திற்க்கு வண்ணங்கள் கூட்டிய கவிஞர் மார்சல் அவர்களுக்கு பேரன்பு நன்றிகளும்,

இந்த புத்தகம் தவழும் அனைத்து கரங்களுக்கும்

பேரன்பும் ஆத்ம நன்றிகளும்....!

மருகிய விழிகளில்
இறுகிய புன்னகையை
நிறுவியதுண்டா.....?
மணி கணக்கற்ற
பனி காற்றில்
தனித்ததுண்டா.....?
உறக்கங்கள்
தொலைத்த இரவுகளை
திருப்பங்கள் இல்லாமல்
தேடியதுண்டா.....?
நிறப்பிரிகையில்
வெண்ணிறத்தை
விலக்கியதுண்டா......?
அந்த பெர்முடா
முக்கோணத்தின்
வாசலை
அலசியதுண்டா.....?
தொடக்க வரியை
தொடர்பில்லாமல்
தொடங்கியதுண்டா.......?
ஆயுளின் அந்தகாரம்
அறிந்ததுண்டா......?
மறுபிறப்பின்
மந்தகாசம்
மகிழ்ந்ததுண்டா....?
ஒரே ஒரு முறை
காதலித்து விடு.....!

# கூடல் மொழி

முன்னந்தி மோகமாய்....
என்னில் பற்றி படறி
உயிர் குடி....
உடல் சூழ்ந்து
சுயம் பிறழ்....
உணர்வறுத்து
உனை துற....
சக்தியிழந்து சரணடை....
சாயும் வேளை
சமையட்டும் காமம்....
புலரும் பொழுதிலும்
புணரட்டும் காதல்.....

## அணைப்பு....

அங்க இடுக்குகளில்
அட்சரேகையாய் பதிந்திடு....
கழைந்தும், கவிழ்ந்தும்
கலைந்து போ.......
கண்ணுரசி பற்றற்றும்
காதல் தீ.....
இதழுரசி எரியட்டும்
மோக கங்குகள்.....
எது எப்படியோ
இடைவெளியில்லா இறுக்கம்
தகர்த்தாமல் அணைத்திடு .......

**கூடல்**

உன் முகப்பருவில்
முத்துக்குளிக்கிறேன்....
விரலின் இடுக்குகளில்
எனக்காய்
ஒரு படுக்கையறை
இறுத்து.....
நுனி நகத்தில்
பீறிடும் காமத்தை
என்ன செய்ய....?
இடைவெளி தகர்த்து
இறுக்கி கொள்....
கடித்து விழுங்கி
விட போகிறேன்
எதற்கும் கண்ணை
சிறிது நேரம்
பார்க்காதே.....!

**அவனென்பது....**

மார்கழி திங்கள்
மருகிய குளிரில்,
தீர போகும்
கடைசி துளியின்
மீளா கதகதப்பாய்,
வெந்நீரின்
இளஞ்சூடு
அவன்.......

## சொப்பனம்....

ஊடுருவி
ஒரு பார்வை, அதில்
ஊடல் கொள்ளும்
உன் ஆண்மை.....
மீயதிக மெனக்கெடல்
ஏதுமற்று
உன் கன்னக்குழியில்
தடுக்கி விழுந்து
தற்கொலை செய்கிறது
அழகினங்களின்
சொப்பனங்கள்......

ஓடை முந்தியை
ஓடித்து முடிந்து....
ஓடும் அருவியை
கூந்தலென வரித்து....
ஒய்யார ஏக்கமோ......
இல்லை
ஊடல் தந்த
தாக்கமோ.....
புரியா புனைவின்
புதினமாய்....!
நங்கையே
மிளிர்கிறாயடி....!!
மனதின்
மையத்தில்
மை இழுப்பி......!!!

## நிலவாடும் ஊடல்....

என் இரவுகள்
உன்னோடு
கூடியே தீர்ந்து விட்டது......
என்னவன்
வந்துவிட்டான்
வட்டியோடு
திருப்பி கொடுத்து விடு.....
இல்லை
கள்ளக்காதல்
பட்டம் தான் நமக்கு.....

**விரிசல்....**

உடைந்துருகி
அருவியெடுக்கும்
கணம்.......
வாரி அணைக்க
எவருமில்லா
நிலையதில்
வலுவானவ(ள்)ன்
எனும் கட்டமைப்பில்
விரிசல் விடுகிறது......

குளித்து திரும்பும்
உன் முகமயிரிடை
உயிர்க்கும்
நசை ஒலிகள்......
கூதிர் வனத்தின்
சாயலாய்........

★

முடியாத கனவுகள்.....
தொடரும் இரவுகள்......
தொட்டு விட
முடியாத உன் பார்வைகள்.....
மாறாத சுவடுகள்......
என்றும்
அழிய மனமில்லா
உன் நினைவுகள்......
அனைத்தையும்
கொடுத்த
உனக்கு தான்,
உன்னை மறந்து விட
ஒரு மருந்தினை
கொடுத்து விட்டு
செல்ல மனமில்லை......
இன்றும்
என் கற்பனையில்
உன்னோடு தான்
வாழ்கிறேன்.....
மறுத்த நீ
ஒருநாள்
மனதார ஏற்பாய்
என்ற குருட்டு
நம்பிக்கையில்.....
வழியில்லை
என்றான பின்பும்
ஏற்க மறுக்கும்
மனதிடம் என்ன
ஆறுதல் சொல்ல
முடியும் நான்...?
நீ மீண்டும்
வருவாய்
என்பதை தாண்டி....!

கொட்டி சிதற
விட வாய்ப்பும்
இல்லாமல்
சொல்லாமல்
வாழவும் முடியாமல்,
நினைத்து
கொண்டே
சாகவும் வழியற்று,
பெத்தவங்களின்
மகிழ்ச்சிக்காக
மத்தவங்க
பேச்சை கேட்கும்
கொடுமையெல்லாம்
ஒரு தலை காதலில்
மட்டுமே நடந்தேறும் சாபம்....

**தனிமையில் ஒரு பயணம்....**

ஆயிரம் முறை
நீ என்னை
நிராகரித்தாலும்
அடுத்த நொடியே
உன்னை பற்றி
எண்ணும் இந்த
மனதை வைத்து
கொண்டு நான்
என்ன தான் செய்ய
முடியும்
உன்னை
மறுபடியும்
நினைப்பதை தாண்டி.....

உன் சுண்டு
விரலில் திணவு
கொண்டு
உருகி வலியும் காமம்,
என்னை ஊடறுத்து
துண்டு துண்டாய்
திக்குமுக்காட வைக்கிறது.

எனக்கு துரோகம்
செய்து என் இதயம்
உனக்காக துடித்தது.....
இன்றும் பெரும்
தண்டனையை
அனுபவித்து
கொண்டு தான்
இருக்கிறது......
உன் நினைவுகள்
என்னும்
பெரும் கனத்தை சுமந்து........

மறுத்து சென்ற
காதலனால்,
மருந்து இல்லாமல்
தவிக்கும் காதலி
நான்......

எனக்கு
பிடித்ததெல்லாம்
உனக்கும்
விருப்பம் என்பாய்.....
என் ஊரினை
என்னோட சுற்ற
வேண்டும் என்பாய்....
பாடல்களில்
பழமை இனிமை
என்று
பேசிக்கொண்டே
பாடவும் செய்துவிடுவாய் ....
கண்ணாடி இல்லாமல்
திலகம் இட தெரியாது
என்பதை சூசகமாய்
சொல்லி
என்னிடம் சூடி கொள்வாய்.....
நான் இரவுகளில்
கண் விழிப்பதை
கண்டு,அதை
காலையில் கட்டாயம்
கேட்டும் விடுவாய்.....
நான்கு நாட்கள்
இணைய வழி
என் பயணம் இல்லை,
அடுத்த நாளே
அழைப்பு விடுத்து
எப்பொழுது
வருகிறாய் என்றாய்.....!

என்ன வேண்டும் என்றேன்.....
எனை கண்டால்
போதுமென்றாய்.....
இவையாவும்
எனை
ஏதோ செய்ய
நான் தான்
தவறாக எண்ணிவிட்டேன்.....
நீ எனக்கு
கொடுத்தது
சகோதர பட்டம்
மட்டுமே என்பதை மறந்து.......

உன் சாயலில்
தெவிட்ட மறுத்து
இறுக்கி கொண்ட
வரிகளை
நான் மட்டும்
ஏன் சிரமப்பட்டு
ஒளித்து
வைக்கவேண்டும்....
எழுத தொடங்கிய
முதல் வரிகளை
கூட விட்டு வைப்பதில்லை
உன்னுடனான சில
அருகலைகள்.......
இப்படி நான் தவிக்க
உனக்கு உன்னை
பற்றிய கவிதை
எழுதவில்லை என்ற
பெரும் குற்றம் சுமத்தி
பொய் கோவம்
வீசி செல்கிறாய்......
என்மேல்......

எழுதி பாதியில்
விட்ட கவிதையாக,
முற்று பெறாமல்
ஒரு பெரும் ஏக்கத்தோடு...
உன்னோடு
என்னை என்றாவது
ஒருநாள்
முடிந்து கொள்வாய்
என்ற பேராசையின்
பெரு மூச்சாய்
நீ விட்டு சென்ற
அதே இடத்தில்
நிற்கிறேன்
யாராலும்
தொடர முடியா வரியாய்.......

கட்டிலடங்கா
கோவம் தனியழகு.....
மறைக்க தெரிந்த
அன்பு சில்லழகு.....
மறைக்க வழியற்று
சிறு பிள்ளை
போல் அழ தெரிந்த மீயழகு......
உணர்வில்
புரிய வைத்திடும்
மெய்யழகு.....
கண்ணில் கதை
பேசும் கலையழகு.....
கண்ணியம்
தவறா
ஆண்மை பேரழகு......

தாயிடம்
அடி வாங்கிய
பின்பும்
தாயிடமே
அடைக்கலம் தேடும்
அந்த குழந்தையை
போல்
தான் அவனும்
என்னிடம்
சண்டையிட்டு
என்னிடமே சரணடையும்
அவனிடம்
அந்த குழந்தையின்
சாயல் அப்படியே
ஒட்டியுள்ளது……

## பதிப்பகம் செய்வோம்

லட்ச கோடி
கலோரிகளுக்கு
அட்சு மை கொடு.....
இதழ் வார்க்கும்
இன்ப ரேகைகளை
இம்மி பிசகாமல் பிரதி எடு.....
பதியப்பட்ட தேக இழையில்
பொதியட்டும் குழைவுகள்.....
அச்சகம் தொடங்குவோம்
விரைந்து வா.....

## அரவமற்ற இரவு
## இருளோடு உறவு

தெவிட்டாமல்
கசிகிறது.....
தீராத
கைப்புகள்.......
அந்தகார
இத்தியாதியில்.....
லுமேரியாவின்
வசிப்புகளாய்
திக்கற்ற சில
நில அளவை....

பட்டொளி வீசி
கண்ணை பறிக்கும்
மின்னலில்
உன் ஞாபகம்......
வெட்டி வீழ்த்தும்
உன் விழிதனை போல்....

கரைந்து போகும்
காலத்தை
வளைந்து வளைந்து தேடும்
தென்றலின்
தீண்டலின் உன் ஞாபகம்.....
அன்றொரு நாள்
உன் துப்பட்டா
என் முகங்கோதிய
தருணம்
போல்.....

வண்ண வண்ண
சாயம் சூடி
வானம் பார்த்து
மகிழ்ந்து போகும்
நாட்டிய தேவ தூதன்
மயில் கூட்டும்
உன் ஞாபகம்.....
முதன் முதலில்
சேலை கட்டி
நாணி கோணி
வெட்கி நீ நடக்க....
என் கண் பட்டு
சொக்கி நான் ரசிக்க....
திக்கு முக்காடி

பேச்சு மறித்து
போன நாட்கள்.....

மொட்டு மொட்டாக
சிதறி விழும்
அடை மழை
சுரக்கும்
உன் ஞாபகம்.....
ஒன்றென
நடைக்கயில்
இருவருமறியா
கை தீண்டலின்
மௌன மொழிகள்.....

தீர போகும்
கடைசி துளி
மழையிலும்
நின் ஞாபகம்......
மேனி கொதித்து
எச்சில் சுவைக்க
பரிமாறிய முதல்
முத்தத்தில் தேன்
சுவையென
திளைப்பில் களைந்து....
மறுமுறை
வேண்டுமென
ஏங்கி தவித்த நாட்களில்.......

எந்த நிலையிலும்
நின் நினைவு தான்
இந்த மனநோயாளிக்கு.........
யாதுமாகி நிற்கிறாயே......!

அந்தகார அலைவுகளில்
அழியாத அரிச்சுவடு.....
ஆழி சூழ் அமைவுகளிலும்
ஆக்ரமித்த ஆற்றல் விதி.....
இயம்பிடுக்கி
இசைவு கொடுக்கும்
இயல்களின் இத்தியாதி....
எரியூட்டல் திகழ்ந்தும்
நெஞ்சை நிமிர்த்திய
வாஞ்சை கொண்ட மறம்....
தேக்கி வைத்து
தெம்பிடும் தெளிவான
திண்மைகள்......
தீராமல் தித்திக்கும்
தெவிட்டாத தீஞ்சுவை.....
பெர்முடா முக்கோணமாய்
திகைப்பில் சில
அத்தியாயம்.....
உன்னோடு மட்டும்.....!

நான் ஆண் என்ற
நீள் நெடியும் நிறை…..
உன் மீயதிக
சகிதத்தின்
' என்ன செல்லம் '
எனும்
சொல் ஊடறுத்து
மறுபிறப்பை
நிகழ்த்துகிறது……
மீண்டும்
குதலையாகிறேனடி
நான்……..

பேச்சுக்கள்
கால் மாத்திரையில்
ஒலிக்கட்டும்.....
உரசல்கள்
அரை மாத்திரையாய்
உயரட்டும்.....
தழுவல்கள்
ஒரு மாத்திரையில்
ஓங்கட்டும்......
இதழ்கள்
இரு மாத்திரையாய்
இயங்கட்டும்.....
விருத்தத்தில்
நற்பொருத்தம்
அமைப்போம் வா.....!

நின் கண்ண
மேடைதனில்
நித்த களவு வாடை.......
பிசகும்
வெக்கங்களில்
பிம்பமாய்
தர்க்கங்கள்.......
நீயென் காட்சி தரவு.....
நான் உன் மீட்சி வரவு.....
நம்மிடை சிதையட்டும்
இக்களவுமிரவு......!

குறுக்கங்கள் நொறுங்கும்
நெருக்கங்கள் போதும்......!
மெத்தனங்கள் குறையும்
எத்தனங்கள் வேண்டும்......!
நீட்சி பொழுதிலும்
காட்சி பிறழும் அந்த லாவக
முத்தத்திற்கு தான்
முக்தி கிடைக்கிறது...!

இமை மூட
விழிகள் மறுக்கிறது
இம்மி
இம்மியாய்
நொடிகள்
கணக்கிறது......
இயன்முறை
மருத்துவத்தில்
சிறிதும் நம்பிக்கை இல்லை
உன்னில்
இளைப்பாறவே
இதயம் இசைகிறது....!
ஓர் நாள் தானென்றாலும்
நீயற்ற பொழுதாயிற்றே.....!

## திருமணம்

பிடிச்சிருக்கு....!
என்ன பிடிச்சிருக்கு....?
இதான்
இவ்வளவு தான்
இதுக்கும்
மேல
ஒன்னுமே இல்லனு
பட்டுனு
வெட்டுற அந்த
பேச்ச பிடிச்சிருக்கு....!
கோவத்தை
மட்டும் கொப்பளிக்க
தெரிஞ்ச இந்த
சப்ப மூக்க பிடிச்சிருக்கு.....!
நான் இப்படி தான்
பிடிச்சா இரு இல்லாட்டி
போயிட்டே இருனு
சொல்ற அந்த
செருக்கு மிகு கண்ண
பிடிச்சிருக்கு....!
என் கூடலாம்
யாராலையும்
சகிச்சிகிட்டு இருக்க
முடியாது.
நீயும் அப்படி தானு
உள்ளூர நினச்சு
உயருற அந்த
வளைச்ச
அதிகார புருவம்
பிடிச்சிருக்கு.....!
என்ன இவன்

இப்டி ரசிக்குறான்னு
வெக்கபடும்
இந்த நேரத்துல கூட
வெக்கதுக்கு விடுப்பு
குடுக்கர நேரான
பார்வையை
ரொம்ப பிடிச்சிருக்கு....!
நாளாம் வொர்த்
இல்ல என்ன
யாருமே சைட் கூட
அடிச்சது இல்ல
நல்ல அழகான
பொண்ண பாத்து
கட்டிகோங்கனு சொல்ற
இந்த பேரழகிய
மட்டும் ரொம்ப
ரொம்ப அதிகமா
பிடிச்சிருக்கு....!

கீறிடும் நயனம்......
கூரிடுதுன்
பார்வை வீசல்....
பிரதான தாக்கம்....
பிறழ வைக்கும்
நோக்கம்....
பிசகிட வழிகளற்று
பிம்பம்
பற்றியே நான்.....!
வழிகளெல்லாம்
மரித்தே போகட்டும்.....
விழிகளிலே
மரணித்து போகிறேன்......
சாகும் நொடியாவது
விமோசனம் கொடடி.....!

முன்றில் என்
பாதம் படும் மறுநொடி
என் வியர்வை,
அழுக்குகளை
உதாசீனப்படுத்தி......
மூச்சில் பரவி
தழுவி கொள்கிறாய்......
முகமெல்லாம்
எச்சில் கலந்து பூசுகிறாய்.....
செல்லமாய் வளர்க்கும்
அந்த நாய் குட்டியை போல்.....
இந்து இடுக்கென்ற
எந்த பேதமின்றி
எச்சில் கோலம் தான்....!
அழுக்கோடு
மணக்கிறேன்....!
வாசனை திரவியம்
என்னில்
விரவி சென்றதால்.....!

சில கடன்கள்
எப்போதும்
திருப்பி கொடுத்து
விட முடியாத
படியே இருக்கிறது......
அம்மாவின்
பனிக்குட உறவில்
உள்ள அந்த
இரத்தபிசுக்கை போல்......
எப்போதும் ஒரு ஈரம்
உன்னை உராய்ந்தே
வாழ்கிறது என்
உணர்வு நாளங்களில்........!

எங்கோ ஓர் நாள்
கண்ட காட்சியை
என்னில்
சேகரம்செய்து.......
தேனூறிய
பழங்கனியாய்
சுவைவார்த்து.....
உண்ணும் பதத்திற்கு
பக்குவப்படுத்தி.....!
பிறர் ருசிக்க கொடுக்கும்
இந்த வரிகளை போல்
தான் நீயும்
என்னில் பதிந்து
என்னுடே பொதிந்து
என்னில் வார்த்தெடுத்த
அந்த தேன்சுவை
கனி தான் நீயும்......!
வரிகள் பிறர் ருசிக்க
கொடுக்கும்
விருந்தாகி போகிறது
நீயென்
வரிகள் புசிக்கும்
மாமருந்தாகி போகிறாய்....
அவ்வளவே....!

பழைய கவிகளை
படித்து பூரிக்கும்
போதெல்லாம்
உன்னுடனான
அலைநீளம்
என்னை சீண்ட
மறப்பதில்லை.....
ஏதோ ஓரிரு
வரிகள் உன்னை
பற்றியது என்றால்
பரவாயில்லை......
எழுதி தீர்த்த
ஒவ்வொரு எழுத்தும்
உன்னோடானது
என்றால்
நான் என்ன செய்ய.....?
சொல் சகியே.....!

**நெருஞ்சி முள் பார்வைக்காரி....**

நெருஞ்சி முள்
பார்வையில் என்
மொத்த பார்வையை
தைத்தவளே.....!
உன் பார்வைபட்ட நொடிமுதல்
என் காதலிகளெல்லாம்
முன்னால் காதலி
என்றானார்கள்.....!
அவள்களை கண்காட்சியில்
சுயம்வரம் கொண்டு
எனதாக்கி வென்று......
இன்றோடு ஒரு வருடம்
நிறைவடைய போகிறது
இன்று வரை என் கண்களை
அவள்கள் மீது
திசைதிருப்ப
முடியவில்லை.......!

அவள்கள்
#புத்தகங்கள்#

### விரகம்

பற்றிய
பொழுதுகளெல்லாம்
பற்றாமல்
தான் போகின்றன.....
அருகமர்ந்து,
ஆரவாரமற்று,
அணைத்துருகி,
உடைந்தழுது,
பேச ஆயிரமாயிரம்
இருந்தும்......
வார்த்த விரகத்தின்
வெளிப்பாடாய்.......
மௌன மொழி நீட்சியும்......
யௌவன நெற்றி
முத்தமும்.......
இடைமறித்து
உரைகளத்து
வினையூக்கியாகி
போகின்றன.......

அவ்வப்போது
சில தூரங்களை
பேரன்போடு
விடுவிக்கிறேன்
பிறகொருநாள் அமர்ந்து
மேவ ஏதுவாக....!
இந்த விரகத்தில்
சேகரம்
செய்து வைப்பேன்
உனக்கான
என் விவரங்களை.....!
கைக்குள் பொதித்து
வைத்து கண்ணாக
பார்க்கும்
ஆசையிருந்தும்........
உனக்கான தூரங்களை
எப்போதுமே
அளித்து கொண்டே
இருப்பேன்.......
உனக்கே தெரியாமல்.......
மெல்லிய துகளாக......
விடுவிப்பதை
நீயறியா வண்ணம்
விடுவிப்பேன்.......
பிறகொருநாள்
அருகமரும் சமயம்
தீர்க்க......
சில நேர்த்தியான
பகிர்தலுக்கு.......
இன்றே அடித்தளமிட்டு.......!

உனக்கான சுதந்திரம்
உனக்காகவே இருக்கிறது
என்னிடம் மிகவும்
லட்சணமாக......
என் கைகள் விரியபட்டே
இருக்கிறது.....
எனக்கு குருவிகளை
கூண்டில் அடைக்கும்
பழக்கமில்லை.....
வானில் சுற்றி திரியும் அந்த
பறவையின் சுதந்திர சிறகில்
தான் எனக்கு
மோகம் அதிகம்.......!

எழுதி பாதியில்
விட்ட வரிகள்......
தீட்டி முற்று
பெறாத ஓவியம்.......
வாசித்து அவ்வண்ணமே
விட்ட
அந்த நடு பக்க காகிதம்......
வளர்த்து
பராமரிப்பற்று கிடக்கும்
அந்த சிக்கு
பட்ட சிறு தாவரம்......
இசைத்து அப்படியே விட்டு
காற்றில்
கலந்த அந்த சுரங்கள்.....
இவற்றிற்கும்
எனக்கும் எப்போதும்
மீயதிக தொடர்புண்டு......
விட்டவரால்
தொடர முடியா
நிலைதான்.......
அது எந்நிலையென
எவரும்
கணிக்கவும் முடியா
நிலைதான்......!
இருந்தும் பேரெழில்.......

என்னை போல விடுபட்டு
தொடர
யாருக்கும் மனமின்றியும்,
எவரையும் தொடர
அனுமதியாமலும்,
அப்படியே .....!
அங்கேயே.....!
கேட்பாரற்று கிடக்கும்
கேள்விக்குறியாகி
போவதால்......!

என்னை தீண்டி செல்லும் தென்றலனைத்தும்
நின் நினைவதனை உகுத்து
என் மேனியில் பூசி செல்கிறது
திணறி போகிறேன்
காரணம் காற்று மட்டுமல்ல....!

திங்கள் பல கழிந்தோடியும்
தித்திப்போடு கனக்காமல் கசிகிறது
தின்னமாய்.......!
முப்பொழுதும் உள்ளூர நினைவலையாய்.....
சில நாளில் கண்ணீராய்....
பல நாளில் தனிமையை ருசிக்கும் இறுகிய இரவுகளில்
நிலவோடு கூடலாய்.......
கார் இரவோடு நீள் பொழுதாய்......

ஒரு சொட்டு மீதமின்றி
உதிரத்தை உறிஞ்சு
எடுத்த உணர்வு.......
துரோகமிழைத்த இதயக்கூடு......
எதிரியான செயலாக்க மண்டலம்.....
நொறுக்கி போட்ட நொடிகள்......
நோகடிக்கும் பொழுது......
அச்சுறுத்தும் இரவு......
நீயென்னும் தீரா நோயில்
தெம்பற்ற நான்......
மரணப்படுக்கையில்.....
பெரும்பொழுதாய் சில
இரவுகளின் தனிமைகள்......

ஆழி அலைகளும் அமைதியில்....
அரவமற்ற இரவு.....
கை ரேகை சுமந்து
கனத்து போன உப்பரிகை
கைப்பிடியில்
கண்ணீரின் ரேகையை பதித்த படி.....
கசிகிறது உயிரோடம்....
உணர்வுதனை ஊடறுத்து......
வெண்ணிறத்தவள் சூடிய செங்கிரணத்தில்
செத்து மீள்கிறது சிவக்க போகும் பொழுது.....
இவளொளி பட்டே
பட்டு போகிறது
இவ்வெண் பட்டிரவு.....
பாவையின் துயிலை களவாடி....

அகம் ஆழும் நின் நினைவுதனை
சுரக்க.....
இமையோர வாரிசாய்
தம் பங்கு கண்ணீர்
நிறைகிறது.......
தனிமை சொரியும் இரா.....
கொஞ்சம் ஆறுதல் தீண்டலாய்
இதழ் விளிம்பில் தேநீர் கசிய......
நிலவாடும் பொழுது
களவாடப்படுகிறது.....

பிடரி மயிரில்
பின்னிக்கொள்ளவா......
காதோடு இசைந்தாடும்
நுனி கூந்தலாய்
கப்பம் கட்டவா.......
கதவிடுக்கில்
களைய விட்டு......
கழுத்தோரத்தில்
காதல் செய்யவா........
கண்களை தீர்த்தமாக்கி
மோட்சம் பெறவா........!
வா......
மோட்சம் பெறுவோம்.....!

#மோட்சம்#

உன் மார்புக்குழியில்
உன்னோடே வாழும்
அந்த மச்சத்தை போல்
ஒரு வரம் கொடடி என்
கண்ணம்மா.....!
இடையில் பட்டு வழுக்கும்
அந்த வியர்வைதுளியாய்
உயிர் நீக்கவும் எனக்கு
சம்மதம் தானம்மா.....!!
#கண்ணம்மா#

எதையாவது உளறி விட்டு
தவறென்றறிந்து ,
தண்டனை கொடுப்பதாய்
உதட்டை கடிக்கிறாய்
தவறை மட்டும் செய்யடி
என் கண்மணி.....!
தண்டனையை நான் பார்த்து
கொள்கிறேன்....
#தண்டனை#

எத்தனை முறை
பிரயத்தனப்பட்டும்
பிரிவதாய் இல்லையென
மூக்கு விடைத்து நிற்கும்
அந்த நினைவுகள்.......
நீ மீண்டும்
வரப்போவதில்லை.....!
நான் மீள்வதற்கான
வழியும்
தெரியப்போவதில்லை.....!
#பிரிவு#

உன்னில் இருந்து மீளவே
உன்னை நினைவூட்டும்
அத்தனையையும்
வேண்டா வெறுப்பாய்
விலகி செல்கிறேன்....!
இருந்தும் அந்த
தெருவோரம்
நடந்து செல்கையில்
ஏதோவொரு
மூலையில்
உன் பெயரை சுமந்து நிற்கும்
விளம்பர பலகை
ஏற்றி செல்கிறது
எனக்குள் உன்னை.
தாங்க முடியாமல் கணக்கிறேன்.....
மீண்டும் முதலில் இருந்து தொடங்கப்படுகிறது
யாருமறியா
என் கண்ணீரும்
நான் மட்டுமறிந்த உன் உரையாடல்களும்........!
அந்த பிரிவின் ஆழமும்......!!
ஆழத்தில்
புதையப்பட்ட நானும்.....!!!
மறக்க நினைக்கும்
ஒவ்வொருமுறையும்
புதிதாய் மலர்கிறாய் என்னுள்.....
திக்கற்று போனபின்
திணறுவதில்
என்ன சிரமம்
இருந்துவிட போகிறது.......!

#ஒத்தையில நிக்கிற#

உன்னை ரசிக்கிறேன்
பேர்வழி என்று
உனக்கு பிடித்த
அனைத்தையும் ரசித்து
எனக்கு பிடித்தது எதுவென
மறந்தே போனேன்......
என்னை நிரப்பி.....
என்னில்
நிரம்பி வழியும் உன்னில்
என்னை
நான் எங்கே தேடுவது....?

#தேடல்#

இதோ இன்று கூட
பெரும்சுமையை இறக்கவே
அந்த குழம்பியை
தேடி சென்றேன்.
அங்கும் தூரத்தில் இருந்து
ஒலிக்கிறது
உன் பெயரை சுமந்து
ஒரு குரல்......
முடங்கிய நாட்களை
முழம் போட்டு
துழாவுகிறேன்........
ஒரு முறையாவது
என்னை நினைத்ததுண்டா
சகியே......?
#குழம்பி உடன் குழம்பிய பொழுது#

மௌனத்தை மொழியாக்கி
முயங்குவதிந்தவுறவு.....
மௌனத்தின் ஆதி அந்தமென
மௌனத்திற்கு
தனி அகராதி பிறப்பிக்கும்
வித்தார நிகண்டிந்தவுறவு...
#காதல்#

சுண்டு விரல் வரை
மென்று விழுங்கும் காமம்....
அவசரத்தில்
பதற்றத்தோடு
பரிமாறப்பட்ட முதல் முத்தத்தின்
தீரா சுவையை
எட்டுவதில்லை என்றும்....!

பகலெரித்து
விரித்த வாண் தரவு....
பனி வீசும் இரவு.....
மொட்டை மாடி நிலவு.....
சிரித்து பூத்திருக்கும்
இந்த விண்மீன் கூட்டம்....
இமைசொருக தடைவிதித்து
இம்சிக்கிறது.....
இடை விடாமல்.....
கடை நொடி வரை......!
இரவாடும் பொழுதில்
களவாடும் நிலவு உன்னை
போலவே...#

எனக்கு வலிக்கும் என்று
சொன்னால் எங்கே
நீ உடைந்து விடுவாய்
எனும் பதட்டத்தில்
நான் பலவற்றை
சொல்வதில்லை.....
நீ உடைந்தது தெரிந்தால்
எங்கே நான்
நொறுங்கி விடுவேனோ
எனும் பயத்தில்
நீ அந்த கண்ணீரையும்
அது சுமக்கும்
வலிகளையும்
கண்களை கடக்க
விடுவதில்லை...!

புரிதலில் வாழ்கிறது பல அறிதல்....

அனைவரிலும் பூரணமாய்
நீயிருக்கிறாய்.....!
எந்த பிரயத்தனங்களும்
எடுபடவில்லை......
யாரோ ஒருவராவது உன்னை
மெருகூட்டி செல்கின்றனர்
ஏதோ ஒரு விதத்தில்.....
பேசி சிரிக்கையில்
எதேச்சையாக ஒலிக்கும்
நண்பனின் அலைபேசி
பாடல்வரிகள்
கூட உனக்கு பிடித்த
பாடலாய் அமைந்து விடுகிறது......
அதோ
அந்த குழந்தை
அதுவாகவே
என்னை அழைத்து
வாரி கொண்டு
இதழ் பதித்து
அன்பு சொரிந்தது.....
இது வரை
என்னுடன் தான்
விளையாடி மகிழ்ந்தது.
இப்பொழுது
இறக்க சொல்லி
கூப்பாடு போட்டது
நான் யாரோவாகி
போனேன்....

வேண்டுமெனும் போது
பொழியவும்
வேண்டாமெனும் போது
வரளவும்
வானம் பார்த்த பூமியாகவே
இருந்து விடுவேனோ....?
இந்த அச்சமும்
அவ்வப்பொழுது
என்னை அலைகழிக்கிறது.....
உன்னோடு வாழவும் வழியற்று...
உன்னிலிருந்து மீளவும் திக்கற்று
திசை மாறிய தென்றல் நான்.....

## *அன்பு*

அன்புகள் பேரன்பாகட்டும்......

அன்பு
யாவருக்கும்
யாவரும் கொடுக்கலாம்......!
அளவில்லாமல்
கொடுத்தால் நஞ்சென்பர்
சில அதிமேதாவிகள்.......
அவர்களிடம் உரக்க
சொல்லுங்கள்.....
அளவற்று இருப்பதால்
தான் அள்ளி கொடுக்கிறேன்
என்று.........
இது ஒருவருக்கு மட்டும்
கொடுத்துவிட கூடிய
மீச்சிறிய அளவில்லை.....!
பனித்துளி சுமக்கும்
சூரிய பிம்பமிது......!
பனித்துளி
களையப்பட்டால்
மறுநாளும் உதிக்கும்.....!
இது ஒரு அலாதி......
முகிலாழி ஆழம்......
வான் பெற்ற நீலம்.....
எவ்வளவு தீட்டியும் தீராத
வானவில்லின் நிறம்......
சொற்களில்
விரவ மறுக்கும்
முடிவிலி தொடர்.......!
இதை காதல் என்ற

வரையறையில் மட்டும்
அடைத்து
சித்திரவதை செய்வது
எவ்வளவு பெரிய
பலவந்தம்......?
மிகுந்த அன்புகள் செய்வோம்......!
பேரன்பாக......!
கொடுப்பதை நிறைவாக
கொடுப்போம்.....!
அன்பில்
நிரப்ப கொடுப்போம் .......!

## ரொம்ப மாறிட்டேன்.....

நான் முன்ன மாறி இல்ல
இப்ப மீயதிக மாற்றம்.....
உனக்கு
பிடிச்ச சித் ஸ்ரீராம்
பாட்ட திரும்ப
திரும்ப கேட்பதில்லை....
உன்னோடு பேசிய
வார்த்தைகளை
அசைபோட்டு அசைபோட்டு
அன்றைய நாளை
கழிப்பதில்லை.....!
யாருக்கும் தெரியாமல்
உன் புகைப்படம்
பார்த்து விடிவது தெரியாமல்
அழுவதில்லை.....!
அவ்வப்போது
பித்து பிடித்தது போல்
உன்னுடனான
உரையாடல்களை,
கண்ணீர் சொரிந்தும்
சிரிப்பில் அழுகையை
கலந்தும்,
வாசிப்பதில்லை....
ஆமாம்
ரொம்பவே
மாறிவிட்டேன் தான்.....
இப்படி நினைத்து
சொடுக்கும் நொடிக்குள்
தூறல் விடுகிறது.....
இவ்வளவு நேரம் பல்லை காட்டி கொண்டிருந்த
வானம் கசிய

தொடங்குகிறது
தன் வெண்முத்துக்களை.....!
கண்ணீராய்...!
ஊரார் ஓடி ஒதுங்க
அம்மழையை
அழகாய் வரவேற்கிறது
ஒரு மழலை.....!
இதுவரை அன்பு சொரிந்தவள்
அடிக்க தொடங்குகிறாள்
அதட்டி பேர் சொல்கிறாள்....
தன் குழந்தையை.....
அதுவும் உன் பெயராகவே
அமைந்து விடுகிறது....
அதுவரை
நான் முன்ன மாறி இல்ல
ரொம்பவே
மாறி இருந்தேன்....!

## கோப்பை ஒன்று....

நீ விட்டு போன போதும்.....
இந்த குழம்பி
மட்டும் இல்லாதிருந்தால்
என்ன ஆகியிருப்பேன்
நான்......!

நாளொன்றுக்கு
முடிவிலி கணக்கில்
மரணித்திருப்பேன்....
உணர்வுகள் மரிக்கப்பட்டு
என்னோரம் அமைதிகாக்கும்
இதோ இந்த சுவரை
போலவே வெறித்திருப்பேன்.....
காணும் இடம்யாவும்
கோவத்தை கொட்டி இருப்பேன்....
கொள்ளளவு கணக்கில்லாமல்
தண்ணீரை பருகியும்....
வசை பாடி இருப்பேன்.....
ஒரு கட்டத்தில் தலையில்
கை வைத்து கத்தியிருப்பேன்.....
பிரசவ கால பெண்ணைப்போல்
தலைவலியில்
துடி துடித்து
கண் சிவந்திருப்பேன்....!
கிட்ட தட்ட
மரண விளிம்பில்
மன்றாடி நின்றிருப்பேன்....
நீயற்ற நிலையிலும்
ஒரே ஒரு கோப்பை
குழம்பி

போதுமானதாக
இருந்து விடுகிறது
இந்த மனநோயாளிக்கு....!

ஒரு குவளை
தேநீரில்
உயிர்க்கிறது
என் உணர்வுகள்....

**எது காதல்....!**

யாரு மேல வேணாலும்
யாருக்கு வேணாலும்
இருக்கும்
அது கட்டாயம் இல்ல....
திணிப்பு இல்ல.....
விரக்தி இல்ல.....
இது தான் என்று இல்ல.....
எதுவுமே இல்ல......
அது ஒரு உணர்வு
பூர்வமான உயிரோட்டம்
அவ்வளவு தான.....!
இல்லையா?

விரல் பிடித்து
அதன் நுனி சுவைத்து
பசியாறுவதும்
காதல் தான்....
மடி கிடத்தி
வருடல் செய்திடும்
அந்த வாஞ்சையும்
காதல் தான்.....
மூக்குரசி
மோகத்தீயில்
வெந்து தணிவதும்
காதல் தான்.....
இதழ் விளக்கி
உயிர் திணிப்பதும்
காதல் தான்....
அது வெறும் காதல்
அவ்வளவு தான்.....!

**சாபத்தீ....**

ஆம்
அந்த அறையை
நான் நித்தம் சுத்தம்
செய்வதில்லை.....!
உறங்கிய
பாய் விரிப்புகள் கூட
அப்படியே
அலங்கோலமாகவே
தான் கிடக்கும்....!
ஒரு வாரத்திற்குண்டான
உடுப்புகள்.....!
அழுக்குகளை சுமந்த படி....
முடிகள் தோய்ந்த தரை....!
ஏட்டினையும், புத்தகத்தையும்
கவசமாக்கிய தலையணை....!
காதலியை பிரிந்த
காதலனை போல்
மூடியில்லா பேனா.....!
திறந்து மூடாமலே
விட்ட
தண்ணீர் குப்பிகள்....!
அலசாமல் விட்ட
பாத்திரத்தின் ஊடே
அடுத்து, பிடித்து
ஓட்டம் பிடிக்கும்
ஈக்களும், சில
விசித்திர பூச்சிகளும்....!
ஆம்
சில நேரம்
என்னுடன் தான் வாழ்கின்றன....
உயிரற்று நடக்கும்

என்னுடலை எத்தனை
நாள் தான் சுமக்கும்
இவ்வறை.....!
ஈக்களும், பூச்சிகளும்
உயிர்ப்பூட்டடும்.....!
உயிர்கட்டும்
இவ்வறை அப்படியாவது....!

மாயம்.....

வெகு நேரம்
அமைதியாய் அமர்ந்து
பழக்கப்படாத சுபாவம் எனக்கு....!
இப்பொழுதெல்லாம்
நாட்கணக்கில்,
வருட கணக்கில்,
அமைதியாய்
வெறித்து பார்த்து
கொண்டிருக்க
முடிகிறது.....
சொல்....!
என்ன மந்திரம் செய்தாய்....!

## குத்தூசி.....

கூந்தலிடை
பின்னி கொண்டு.....
உருத்தும்
குத்தூசியை தூர எறி
என் கைகள் எதற்கடி
சகி....!
தீண்டலோ
சீண்டலோ.....
நானாகவே இருந்துவிட்டு
போகிறேன்.....

முந்தியை சொருகும் போது
என்மீதும் கொஞ்சம்
கருணை வையடி....
இழுத்து முடிகிறாய்.....
மரித்து போகிறேன்.....!
உதறி நிமிற்கிறாய்.....
சிலிர்த்து போகிறேன்....
பார்வை வீசி
திரும்புகிறாய்......
இமை சொருகி
கிறங்குகிறேன்.....!
அடியே சகியே
கொன்னது போதுமடி....
சேர்ந்து
சாகலாம் வா.....!

தான் ஒரு வாயாடி
என்று அவளும்.....
நான் மிக அமைதி என்று
அவனும்....
அறிமுகமாவதில்
அலாதியை உணர்கின்றனர்.....
அவள்களும், அவன்களும்.....!

கூந்தல் விசும்பல்களை
சரிசெய்வதாய்
நினைத்து
என்னை
நிலை குழைக்கிறாய்....
தடுமாறும் எனக்கு
தடம்போட்டு கொடு....!

தனிமை சூழ்
இவ்விரவுகளை
கடப்பது அவ்வளவு எளிதல்ல....
அரை நொடி கூட
நகர்த்தபடுவெதாக
அமைந்து விடுகிறது.....!
பெரும்
பிரயத்தனம் செய்து
இந்த நொடியை
எப்படியோ கடத்தி விட்டேன்....!
இனி வரும்
நொடிகளை பெரும்
பயத்துடன்
எதிர்நோக்கி.....!

**காவிய கவிஞன்......**

யார் சொன்னது
கவிஞன் கற்பனைகளை
மட்டும்
கிறுக்குகிறான் என்று....!
சில நேரம்
அவனின் உதிரம் பட்ட
காலத்தையும்.....!
பிணி பற்றிய
நொடிகளையும்.....!
வலி தோய்ந்த
நிமிடங்களையும்.....!
கீறி, கீறி
புண்ணாக்கப்பட்டு
சீழ் வடியும்
உணர்வுகளையும்....!
அவ்வப்போது
எழுத்தில் தெளித்து
கொண்டுதானிருப்பான்....!
இவையெல்லாம்
வரிகளாவதால்
வலிகள் தெரிவதில்லை.....!
கற்பனையின்
போர்வையில்
மறைக்கப்படுகிறான்....!
மறைக்கிறான்....!

மடி கிடத்தி
உணர்வூட்டு கொஞ்சம்
வரிகளை எழுதி
கொள்கிறேன்....!

**போர்க்களம்**.....

காதல் களத்தில்
மட்டும்
முடிவிலி முத்தப்போர்....
நீளட்டும் போர்....
கொட்டட்டும் முரசு....
போர்க்காலம்
பொற்காலமானதென....!

பேசணும் போல இருந்திச்சி
என்ற ஒற்றை காரணத்தை வைத்து
கொண்டு
என்ன திடீர்னு *phone* பண்ணிருக்க
என்ற கேள்வியை எதிர் கொள்வது
எல்லாம்
சாபம்.....!
அந்த வலி இருக்கே.....!

கிழிந்து கிழிந்து
தைத்த இச்சதை பொருளை
மீண்டுமொருமுறை கீற
விருப்பமில்லை....!
இன்னுமொருமுறை
என் இதயத்துக்கு
அறுவை சிகிச்சை
அளிக்க நான்
தயாராக இல்லை....!
தாங்காது....!
தாங்கி பிடிக்கவும்
தயார் நிலைக்கு
நான் என்னை இன்னும் சமன் செய்யவில்லை....!
பக்குவ படுத்தவும்
விரும்பவில்லை....!
இதோ என் கை
இங்கு தான் இருக்கிறது
அப்படியே பிடித்து ஆயுள் வரை
வருவாய் என்றால் சொல்....!
கூட்டிப்போ.....!     .
நீயும் ஒரு கட்டத்தில்
ஏதோ ஒரு காரணத்திற்காக ,
காரணமே இல்லாமல் கூட,
இந்த நெஞ்சை கீறி தான்
செல்வாயானால்
தயவு செய்து தள்ளியே நில்....!
தனித்திருப்பதெனக்கு
புதிதில்லை ...!

பேச ஏதுமற்ற நிலையிலும்
காரணங்களற்று
தொடரும் அந்த
உரையாடல்கள்
எதார்த்தத்தை மீறிய
அழகியல் அகராதியாய்
வாழ்கிறது......!

## இவள் மேகமோ....!

சிவக்க சிவக்க
வெற்றிலை சுகிக்கிறாய்......
கை பழுக்க பழுக்க
மருதாணி
பனக்குகிறாய்........!
சமையும் பொழுதிலும்
பொன்னிற சாயம்
இழுப்புகிறாய்......!
மஞ்சளும் குங்குமமாய்
மரித்து மயக்குகிறாய்......!
சிறிது நேரத்தில்
நீலம் பூக்கிறாய்.....!
ஒரு பக்கம் கடல் நீலம்...!
மரு பக்கம் கருநீலம்....!
இன்னுமொரு
பக்கம் மிதமான நீலமென.....,
தூரிகை எடுத்து
விருப்ப பட்டத்தை
வரைந்தும், களைந்தும் அந்த வெற்றிடத்தின் ஊடே
நீலத்தில் நீந்தி கருமையை
அப்பி கொண்டு,
வானுக்கு சில விண்மீன்களை
கொடுத்து வெளிச்சமூட்டி,
நிலவுக்கும் கதிரவனுக்கும் இடையே சிரித்து மகிழும்
மனமகிழ் தேவதையோ....
நீ....?
வானில் நடக்கிறது மேகத்திறல்
மாநாடு,
என்னில் ஊடுருவி உருக்குலைக்கும்
உன்னின் சாயலில்...!

## *அவள் அப்படித்தான்.....*

ஆறடி கூந்தல் இல்லை....
அசந்து போகும் நிறமில்லை.....
திமிரான பார்வையும் இல்லை.....
செதுக்கிய சிலைகளை
போன்றதொரு
வளைவுகளுமில்லை......!
நெற்றி நடு பொட்டோடு
தீர்க்கமான சிந்தனையை
முடிந்தவள்....!
கம்மலின் கடைசி வரி
வில்லையில் கூட கடமையை இறுத்தியவள்....!
குருகும் புருவ மத்தியில்
சுட்டெரிக்கும்
சினத்தை சூடியவள்....!
வளையல்களுக்கு மாறாக
பல கோப்புகளை
கொண்டிருந்தாள்....
அதில் பல யாப்புகளை
சுமந்திருந்தாள்....!
கரு மை பூசும் கண்களில்
திறமை பூசி நின்றிருந்தாள்......!
மிருதுகளை மீறி
பருந்தாக ரெக்கை
விரித்திருந்தாள்....!
பேதை எனும் சொல்லிறக்கி
மேதையாக மிளிர்ந்திருந்தாள்.....!
பெண்ணெனும் சொல்லுக்கு
புது அகராதி படைத்திருந்தால்
அவள்.....


#அவளதிகாரம்#

உன்னுடனான நகர்வுகளில்
அறியப்படாமல்
தீண்டிடும்
அந்த பிரியந்த மொழிகளுக்கு
பிரியங்கள் அதிகம்....!

#பிரியந்தம்#

**எது காதல்....!**

அழகியலுக்கு புது அகராதி புனைந்து, அந்த அழகில்
திளைத்து,
அன்புக்கு ஆயிரம் வருணனை இசைத்து அந்த அன்பில்
லயித்து.....
காரணா காரியம் ஏதுமற்று
கண் வழி தொடங்கிய ஆட்சி
கதைகளில் கூடி, கோடி
நினைவுகள்
கொள்ளையடிக்கப்பட்டு,
நெஞ்சில் வலிக்கிறது....!
இரவுகளை புசிக்கிறது.....
பகல்களை எரிக்கிறது.....!
நிலவினை சண்டைக்கு இழுக்கிறது....
நட்சத்திரத்தின் ஊடே மாநாடு நடத்துகிறது....!
வான் வெளியில் புது பல்கலைகழகம் உருவாக்கி அதில்
இருவரை மட்டும் அனுமதித்து கற்றலும் கற்பித்தலும்
இணைந்தே களவாடப்படுகிறது....!
காரணம் ஏதுமின்றி,
கண் வழி வழிகிறது.....!
உள்ளத்தில் உருகி,
உயிரை ருசிக்கிறது.....!
உடலை பிழிந்து,
உணர்வை சூறையாடுகிறது.....!
இந்த மரண சாசனத்தின் மறுபெயர் ஒரு வேளை காதலாக
இருக்கலாம்...!.

யாரோ.....!
எதுக்காகவோ...!
எவ்வளவு முயற்சி செய்தும்....!
என்னை
சிறிதேனும் சீண்டி
என் தனிமையை
சூறையாடி.....!
மீண்டும்
தனிமையை எனக்களித்த
செல்லும் போது,
நினைவுகளில் மொய்த்து,
என்னை அரிப்பது...
நீ என்கூட இருந்திருந்தால்
இதெல்லாம் பெரிய
பொருட்டாக கூட
மதித்திருக்க மாட்டேன்....
அருவியெடுக்க
தொடங்கி விடுகிறது
அடுத்த கணமே.....!

தனிமையில் கட்டில்
செய்து,
நிலவை மெத்தையாக்கி,
உன் நினைவுகளில்
மடி சாய்ந்து...!
இசையில் துயிலும்
இந்த
இரவுக்கு தான்
எத்தனை
போதை....!

#அறுந்த நரம்பில்
ஆறுதல்
தேடும் எனக்கு
கிழிந்த
உணர்விலும்
கீர்த்தனை
செய்கிறதிந்த
கீதம் #

மறந்தும்
அழித்துவிட நினைத்ததில்லை உன்னுடனான
உரையாடல்களை.......
ஆம்
நான் உன்னோடு
பேசிய நாட்களை விட உன் உரையாடல்களோடு
வாழ்ந்த நாட்கள் தான் அதிகம்........

நாள் முழுதும் புன்னகையை
மட்டும் தான் தூக்கி சுமக்கிறேன்....!
இரவில் மட்டும் ஏனோ
விதிவிலக்கு....!
சிறு தனிமையை கூட
கண்காணித்து
பற்றி கொண்டு
கால சக்கரத்தில் ஊரை
சுற்றி விட்டு,
தயவு தாட்சணயம் பாராமல் அதே இடத்தில் விட்டு
விட்டு....!
அப்படியே இதழ்களுக்கும்,
கண்களுக்குமாய்,
ஏக்கங்களை மட்டும்
பரிசளித்து
புலரும் பொழுதில் மறுபடியும்
புன்னகை பூத்ததாய்
வேடம் பூண,
ஈர கண்களுக்கு
சாரம் செய்து
தாலாட்டு பாடுகிறது.....!
உன் நினைவுகள்.....!
தூக்கத்தை துக்கம்
என்ன செய்து விட முடியும்.....!
இவ்விரவை இப்படியே
நீள செய்வதை தாண்டி...!

#நினைவுகள்#

அண்ட வெளியில்
ஓர் வான்படுகை.....
பெருமமாய் கார் நிறம்.....
மீப்பெரு நிசப்தம்........
மேகதுக்கு
சொந்தமான நிலவை.....
தனதாக்கி சிறையெடுத்த மரக்கிளைகள்........
சிறைவாசமறியாமல்
சில்லிட்டு சிரிக்கும்
இராக்கதிர்.......
விடிந்ததும் கிடைக்க போகும்
விடுதலை பெருவிழாவில்
சிறப்பு விருந்தினராய்
வெய்யோன்........
நொடியில் புலரப்போகும்
பொழுது......!
பிடியில் சிக்கி மட்டும் என்ன.....!
என்ற பெரும்போக்கில்
தேயும் இராவோன்......!
வானுக்கே இன்னிலையயடி
சகி....
உன் கோபம் எத்தனை நாள்
நானும் பார்த்து விடுகிறேன்....!

நீயாக தான் வந்தாய்....!
ஆயிரமாயிரம் அன்புகளை
குழைத்து இரைத்தாய்.....!
அன்புக்கு புது அகராதி புனைந்து,
அனைத்து திசை
வழியும் பறக்க விட்டாய்....!
யென் திக்குகளிலெல்லாம்
நீயாகவே நிரம்பினாய்....!
வழியில்லையென
நான் விலக,
யென் மொத்த காதலும்
நீயென
உயிர் மொழுகினாய்.....!
யென் வாழ்வெல்லாம்
உனக்கென உணர்வு பூசினாய்.....!
உத்திரத்தில் கலந்து
உணவூட்டினாய்...!
யென் மொத்த உலகமாய்
உனை மாற்றினாய்....!
தாயின் அன்பில்
இளைப்பாறும் மழலை போல்,
வேடிக்கை மட்டுமே
என் பணியாய் மாற்றினாய்.....!
யாதுமாகி நின்றாய்....!
யாவுமாகி நிறைந்தாய்.....!
கால வெள்ளமடித்து
புரட்டி போட,
யாரோவாகி
விரைந்தாய்....!
இப்பொழுதும்
வெறும் வேடிக்கை
மட்டும் பார்க்கிறேன்,

பூக்கள் சொரிந்த
யென் நந்தவனம்
மாற்றானின்
வேலியில் அடைபட்டதையும்....,
நான் மாற்றானாகி
போனதையும்...,
வேடிக்கை மட்டும் பார் என
நீ உத்தரவிட்ட படி....,
வேடிக்கை மட்டுமே பார்க்கிறேன்....,
சிரித்து மகிழ்ந்த
நாட்களை எண்ணி
சிதறி வெடிக்கிறேன்...,
சிரிப்பு மட்டும்
இதழில் தெறிக்கும் படி....!

நாம் வாழ்ந்த கால
நீட்சியாய்
பிறகொருநாள்
அருகமர்ந்து
கதைக்க
லட்சங்கள் இருக்கும்....!
என்ன
கதைக்களம் வேறாகவும்....!
கதாபாத்திரங்கள்
வெவ்வேறாகவும்.....!

காட்சி பிறழ்வு....!

உன்னாலே
உயிர்க்கிறது யென்
வானம்......!
உன்னில் மட்டுமே மரித்து
கிடக்குமென்
பெரும்பொழுது....!
உன் வார்த்தைகளாய்
மட்டுமே
வாழும் எம்மொழி....!
உன் கைக்குள்
நான் இருந்த போது
கிடைத்த அந்த இளஞ்சூட்டின்
கதகதப்பில் தான்,
நான் இன்னமும்
அந்த நிலவின்
குளிரை குடிக்கிறேன்.....!
அந்நிலவாக
உனை வரித்து
இன்னமும் உயிர்
வடிக்கிறேன்....!!
திரும்பாத பயணம் தான்
உன் பயணம்
இருந்தும்
வருந்தாது விட்டு விடுமா
இத்திருந்தாத என் மனம்.....!!!


#நிலவாடிய கூடல்#.

பெரும்பொழுதாய் இரவுகள்,
பேணி காத்தும் ஆறாமல்
வாட்டும் நீயற்ற வடுக்கள்.....!
வருடும் வாடையிலும்
நெருடும் உன் நினைவு....
கண்ணீர் சுமந்து, சுமந்து
கனத்து போன யென்
இதயக்கூடு.....!
காட்சிகள் மாறி
ஆட்சியை பற்றியும்
மறந்து போக
வழுவிழந்த நான்....!!!

#போதும் #

உன் நினைவலைகளால்
அலைக்களித்து
அசதி பட்டு
கிடக்கும் எனக்கு
மரணத்தில் தான்
ஓய்வுறக்கம் போலும்...!

நினைவுகள்
ஓய்ந்த பாடில்லை
நானும்
அயர்ந்த பாடில்லை...

#நீளும் இரவும்
நீங்காத நின் நினைவும்#

நிலா வருமென நீயும்
நீ வருவாயென நானும்
நம் இருவருக்காய்
நிலவும்....!
மின்னி சிலிர்த்து
கொண்டிருக்கிறது...!!
நம் கொஞ்சல் மொழி
வேண்டுமாம் நிலவுக்கு
கொஞ்சம் வெக்கபடடி சகி.....!!!

சாயும் பொழுதில்
சரிந்த காதல்....!
இரவின் தர்க்கத்தில்
தரவாய் அணைப்புகள்....!
சாமத்தில் பூக்கும்
கழுத்தோர முத்தங்கள்....!!
போர் தொடுக்கும் இதழ்கள்....!
யுத்த களத்தில் உடல்கள்....!
உயிர் புணரும் உணர்வுகள்....!!
காதல் நீட்சியாய்
காம ஆட்சி.....!

எப்படியோ
இந்த பகல்களை
கடப்பது அவ்வளவு
பெரிதாகி விடுவதில்லை.......
இரவுக்கு தூது
சொல்லி நிலவு
வருகிறதோ
இல்லையோ....!
உன் நினைவு வருகிறது.....!
இன்னும் நினைவிருக்கிறது
அந்த கடைசி சந்திப்பில்
சிரி சிதைந்த
மனவோட்டத்தில்
உடைந்து ஒழுகிய
கண்ணீரும்,
குத்தி கிழித்த
மெளனமும்,
தடம் புரண்ட நானும்.....
இன்னும் வழி மாறாமல்
உன்னோட
நடந்த பாதையில்...!

உன் நினைவை
விரட்டவோ,
விட்டு விலகவோ
நான் எப்போதும்
முனைவதில்லை....!
நான் இன்பித்து கிடந்த
நாட்களை
வழித்தடமைத்து,
அவ்வழி தான்
இவ்வலிகள்
வாழும் பட்சம்
வலி எப்படி
ரணமாகும்...!
அது ஒரு வரம், சுகம்.....!
எனை உரசி
விடும் நொடிகளில்,
உனை வாரி
வந்து சேர்த்து
விடுகிறது ஏதோ ஒன்று.....!
உன் பிரிவின்
வலியிலும்
சுகம் கொடுக்கும்
நின் நினைவு....!

.

#வலி வரம் ,சுகம்#

## ஓர் மழைக்கால இரவு....!

எப்பொழுதும்
உன் நினைவோடு
இருளில் கழியும்
பொழுது....!
தெருவிளக்கின்
மங்கிய ஒளியில்
மின்னி மிளிர்ந்து
முத்துக்களாய்
கரைந்தோடியது...!
ஆம்
அது ஒரு
மழைக்கால இரவு....!

மிக சரியாக நேரம் 12....!
எப்போதும்
கவுச்சிக்கு சுற்றும்
பூனைகள் இரண்டு.....!
காட்சியும்,
மீட்சியுமாய்
பேரிரச்சலும்,
பெருங்காதலுமாய்
கலவியில்.....!

#மியாவ் #

## வாழ் மனமே....!

வாழ்விது சிறிதாம்
அதற்குள்ளாக
வாழ்ந்து விட
வேண்டுமாம்......!
அவ்வாறே கூட
இருந்து விடட்டும்.....
ரசிக்க பழக்கு
மனதை....
ரெக்கை ஒன்றை
பரிசளித்து
பறக்க விடு அதை......
தூவல் ஒன்றை
கொடுத்து கிறுக்க
சொல்லு....!
சலங்கை ஒன்று
கட்டி நடனமாட
சொல்லு.....!
பிடித்த யாவற்றையும்
செய்ய சொல்லி
உத்தரவிட்டு,
அனுப்பி விடு....!
கடலை காட்டி
கண் கட்டி விடு....!
சுற்றி திறியட்டும்......
சரியெது தவறெது
அதுவே புரிந்தும்
கொள்ளட்டும்.....!
இளைப்பாரட்டும்....!
வீழட்டும்,
அதுவே மீளட்டும்....!
பார்க்கட்டும்

மனிதா அதுவும்
அது கண் கொண்டு
நேசிக்கட்டும்
இவ்வுலகை...!
பணம் சேர்
பயணம் செய்....!
தூரத்து தேசத்துக்கு
தூவல் வழி குறிப்பெடு....!
ஒரே ஒருமுறையேனும்
உன் அருகில் இருக்கும்
அழகினங்களையாவது
ரசனையில் நனைத்திடு.....!
ரசனையை ஆராதிக்க
காதல் செய்....!
காதலில் விழுந்து ,
மீளட்டும்
மீண்டு எழட்டும்....!
காதலில்
சுழலும் இவ்வுலகத்தை
காதலாலே நிரப்பு.....!

இரவு நேர பயணங்களில்
என்னையொருநாளும்
தனிமையை உணர
விடுவதில்லை....
விடாமல் துரத்துகிறது....
சாளர வழி
நோட்டமிடுகிறது .....
ஒரு வெள்ளை நிற
வாண்பொட்டு....!
மின்னும் நட்சத்திர
கூட்டம் யாவும்
என் மூக்குத்தியில்
பட்டு தெறித்த
ஒளி பரல்களாம்....!
அதனால் அவன் நிலவாக
தொடர்கிறானாம் என்னை....!

#இரவின் பயணம்#

நீ ரசித்த வரிகளை
நித்தம் கேட்கிறேன்......
உனக்கு பிடித்த
வசனங்களை
என் நாளில்
ஒருமுறையேனும்
சொல்லி விடுகிறேன்........
உனக்கு பிடித்த நிறங்கள்
இப்போது
என் அலமாரி
முழுக்க அலங்கரிக்கிறது......
நீ விரும்பி
உண்ட உணவுகள் தான்
இப்பொழுதெல்லாம்
என்னருகில்
அதிகம் மணக்கிறது......
இம்மியளவு தான்
அந்த பொருள்
இருந்தும் அதில்
நீ தான் நிரம்பி
வழிகிறாய்......
ஒவ்வொரு சொற்களிலும்
நிறைந்து நிற்கிறாய்......!
உன்னை எளிமையாய்
கடந்து வந்த என்னால்
என்னுடன் விட்டு
சென்ற உன் நினைவுகளை
அவ்வளவு
எளிதில் கடந்து விட
முடிவதில்லை .....!

#யாதுமாகி#

உன்னால்
மொய்க்கப்பட்ட என்
நொடிகள்.....
அரித்து சில்லுகளற்ற
நிமிடங்கள்.....
சிராய்ப்புகளோடு
சில மணிகள்......!
ரத்தம் சொட்டும்
நேரங்களில்,
ரணங்களை ஆற்ற
உன் நினைவுகளையே
களிம்பிடும் நான்.....

#ஆறாத காயம் தீராத சாபம்#

மட்டையில் சொட்டுகிறது
பட் பட்டென ஒரு நீர் குமிழி.....
தூரத்தில் கூவும் கூடையாத
ஒரு தூக்கணாங்குருவி.....
பிரிவை பறைசாற்றி
தொண்டை குழியில்
சுருதி சேர்க்கும்
தாயும் கன்றும்.....!
வெளுக்க துடிக்கின்ற
வானத்திடம்
வாய் சவடால் விட்ட படி
பக்கத்து வீட்டு
பாரிஜாதம் பாட்டி.....
உன்னால் தான்
என் துணிகள் நனைந்து போனது,
மீண்டும் ஒரு முறை
தரை இறங்கினால்
என்ற வசவுகளோடு....
சாளரம் நோக்கும்
போதெல்லாம் உன்னோட
அன்றொரு நாள்
மழையில்
பாதி நனைந்தும்,
மீதி அணைந்தும்
நடந்த அதே காட்சி மட்டும்
எம்மழைக்கால
துளியிலும் பிறழாமல்...!

கீறல்கள் யாவும்
மீட்டல்களாய்....
முனகல்கள் யாவும்
பின்னணியாய்....
வலிகளில் இசையும்
சுருதியில்,
கிறுக்களும்,
திருத்தமுமாய்
இரவில் கலை கட்டும்
கச்சேரியில்
வரிகள் என்பதற்கு மட்டும்
இரண்டு ஆசிரியர்கள்.....!

ஓயாமல் தான் பெய்கிறது
உன் நினைவு மழை
நித்தம் நனைந்தும்
சத்தம் பொய்த்த படி
ஒரு அமைதி பேரலை
நிகழ்ந்து கொண்டே
இருக்கிறதே ஏன்....?
ஓய்ந்தது போன்ற
பிம்பம் காட்டி
என்னை அடித்து
நொறுக்குகிறதே அது ஏன்.....?

அழிக்க நினைக்கும்
ஒன்று தான் ஆழமாய்
பதிந்து கிடக்கிறது.
ஆயுள் உள்ள வரை...
அடியாழத்தில்
அப்படியே தான் வாழும்
ரொம்ப அழகாய்
அதே மிடுக்கோடு.....!

.

#பிரிவு#

.

சில தூர பயணங்களிலும்,
பல தனிமை
இருப்புகளிலும்
எனக்கு என்ன கிடைக்கும்....?
குறைந்த பட்சமாய்
நான்கு கவிதைக்கு
கரு கிடைக்கும்......!
சில வரிகளோடு,
பல அறிமுகங்கள்,
சுவாரஸ்யமாய்
ஒரு துளி நேரம்....!

தேநீரில் கரையும்
எனக்கு
புதிதாய் ஒரு
அனுபவம் கிடைக்கும்....!
உன் நினைவில் திளையும்
எனக்கு
இன்னும் கொஞ்சம்
ரணம் கிடைக்கும்...!
அவ்வளவு தானே....!
இதில் என்ன அதிசயம்
இருந்துவிட முடியும்...?

ஆனால் எனக்கு
கிடைத்த பெயரோ
வாழ்றான் டா நல்லா....
குடுத்துவச்ச வாழ்க்கை....!

பார்ப்பதை எல்லாம்
புகைப்படம் எடுக்கும்
பழக்கமெல்லாம்
எனக்கு
இருந்ததில்லை....
ஆனால் இப்பொழுது
வானில் ஒரு கோடு
விழுந்தாலும்
என் கைபேசி நிரம்பி
வழிகிறது
புகைப்படங்களால்,
உன்னிடம் பகிர்ந்து பேச
எனக்கு ஒரு தலைப்பு
கிடைக்கிறதே...!
அதற்காகவேணும்
எதையாவது படம்
பிடிக்கிறேன்.....
அது அழகா,
இல்லையா என்பதெல்லாம்
இரண்டாம் பட்சம்...!
உனக்கு பிடிக்கும்
அவ்வளவு தான்
நானறிந்ததெல்லாம்......

அதோ மங்கலாக
தெரிகிறது பார்
அந்த இருக்கை,...
யாருக்காக காத்திருக்கிறது
என்பதெல்லாம்
எனக்கு லட்சணமில்லை,
நாம் இருவரும்
இருந்திருந்தால்
இன்னும் தெளிவாய்
ஒரு புகைப்படம்
கிடைத்திருக்கும்....
அவ்வளவு தான்
எனக்கு தெரியும்.

#இருப்பு#

தொலைந்து போக
ஆசைப்பட்டு
ஒவ்வொரு முறையும்
தோற்று போகிறேன்....
நிமிர்ந்து பார்த்தாலே
நீ தான் இருகிறாய்.....
என்னை கேலி
செய்தும் சிரிக்கிறாய்....
வானாய் இருப்பது
உன் தவறா
மனிதனாய் பிறந்தது
என் தவறா...?
நிலவே எனக்காய்
நீயாவது வழக்காடு.....!

ஊசி பட்டால்
உடைந்துருகும்
பலூனில் நிரப்பிய
தண்ணீர் போல தான்
இந்த கார்கால
கருமேகமும்,
கடைசி துளி
நீர் சேர்ந்ததும்
வெடித்தழ
தொடங்கி விடுகிறது .....!
பேரிரைச்சலில்
பேரழகாய்....!
யாருக்கு தெரியும்
பெயர் மட்டும்
மழையாம்....!
உன் தந்தை
எப்படி தேவதைக்கு
வெண்பா என்று
பெயரிட்டாரோ
அதே போல்
உள்ளது எனக்கு.....!

#கார்கால காதல் #

என்னிடம் நீ
மறைக்கவே
எத்தனிக்கிறாய்....
நான் எவ்வளவு
பிரயத்தனம் செய்தும்
உன் மனக்கதவை
திறக்கும் சாவியை
என்னால்
கண்டெடுக்க
முடியவில்லை....!

நான் யாரோவாகி
போகிறேன்
ஒரு கட்டத்தில்....!
என்ற சொல்களெல்லாம்
என்ன உள்ளாடை
உடுத்தி இருக்கிறாய்
என என்னிடம்
கேட்பதை போல்
என்னை குடைகிறது....!

நான் என்பது
நான் மட்டுமே
நீங்கள் கூட்டும்
பிம்பங்களை உடைத்து
நான் என்பது
வெறும் நான் மட்டுமே....!
அது ஒரு போதும்
நீங்களாக எப்படி
உருவெடுக்க முடியும்?
எனக்கான சுயம்
என்பது எனக்கானதாக
இருப்பதில்
என்ன தவறு
இருந்து விட போகிறது....?
காதலனே
நீ மட்டும் ஏனடா
விதிவிலக்கு கோருகிறாய்
நான் உனக்கானவள் எனும் உரிமைகூட்டி.....!

பிடித்து தானிருந்தது.....
உனக்கும் அப்படியே
இருக்குமென
இம்முறையும் எனக்கு
கிடைத்தது எல்லாம்
ஏமாற்றம்
மட்டுமே.....!

#ஏமாற்றம் மட்டும் எப்போதும் மாறாமல்#

புருவம் உயர்த்து,
கோவம் சூடி,
கண்ணனெனும்
கத்தியில்
சண்டையிடு.....,
முகம் சுழி.....
திட்டி தீர்.....
பேசாமல் நீ
தொடுக்கும் போர்களில்
இரத்த மீதமின்றி
உயிர் வடிக்கிறேன்.....!
எனக்கும் போர்
தொடுக்க தெரியும்...!
என்ன ரத்தத்துக்கு
இடமற்று
முத்தப்போர்
தொடுப்பேன்.....
சேர்ந்தே போர்
செய்வோம் வா........
நீயா நானா என
ஒரு கை
பார்ப்போம் வா....!

இவ்வுலகத்தை
ஈரேழு முறை
சுழன்று வந்தாலும்
என்ன பிடிக்கும்
எனக்கு....?
அந்தி சாயும் சமயம்
மறையும் கதிரவனை
பார்த்த படி
ஒரு கோப்பை
தேநீர் பருக பிடிக்கும்......!
அதே ஒரு
கோப்பை தேநீர்
பருகிய படி
புலரும் பொழுதில்
எட்டி பார்க்கும்
வெய்யோனை
பருக பிடிக்கும்......!
இவற்றோடு குழைத்த படி
எண்ணத்தை
எழுத்தாய் வார்த்து,
பிழைகளை
ரசிக்க பிடிக்கும்.....!
இவற்றையெல்லாம்
புறந்தள்ளி,
இப்பொழுதெல்லாம்
உன்னை நினைத்து
கொள்வது
அவ்வளவு அழகாக
பிடித்திருக்கிறது......!
நீயே நிரம்பி
வழிகிறாய் என்னில்....

நீ எவ்வளவு
பெரிய பேரழகியாக
கூட இருந்துவிட்டு
போ....!
என் நொடிகளை
கூட உனதாக்கி
சித்திரவதை செய்யும்
எனக்கு நீ எப்போதும்
ராட்சசி தான டி....!

#நொடிகள் திருடி ராஜ்ஜியம் செய்யும்
ராட்சசி#

நடு சாமம் தான்......
அடித்து போட்ட
அளவிற்கு உடல் வலி....
அசைய முடியாமல்
உறங்கும் ஒரு
இரவு நேர வேளை....
ச்சப்புகொட்டி
தூரல் விடுகிறது
வானம்
கிச்சு மூட்டி
கீறலாகிறது
நெஞ்சம்....
சாரலில் கீதம்
பிறக்கிறது
ஸ்வரங்கள்
அற்ற நிலையிலும்
நாதம் இனிக்கிறது........
கடைசி துளி
கண்ணில் படும் வரை
மழைக்கு
ஒத்தாசை
செய்கிறது
மேகம்....!
மேகத்துக்கு
காவல் நிக்கிறது
உனக்கான
என்னுடைய மோகம்....!

சாமத்தில் பூக்கும்
வியர்வை
பூக்களுக்கெல்லாம்
பெயர் வைக்க
அகராதி தேட,
அடுத்த நாள்
சாமத்திடம்
கொஞ்சம் இரவல்
வாங்கி
வந்தேன் இந்த
வியர்வை பூக்களுக்கு
தீரா தாபமென்னும்
பெயரை.....!

சாய்ந்து கொள்ள
நீயற்ற பொழுதில்
என்னை தழுவி
கொள்ளும் இந்த
தென்றலில் தான்
எத்தனை கதகதப்பு....!
அப்படியே
உன்னை போலவே
தொட்டும் தொடாமலும்
பட்டும் படாமலும்.....!
உன் உள்ளங்கை
இளஞ்சூட்டில்
இளைப்பாற
ஏங்கும் என் மனதுக்கு
இப்படியாக
எதாவது சாக்குகள்
சொல்லி ஏமாற்றி
கொண்டு
இருக்கிறேன்......
எப்பொழுது வருகிறாய்....?

அதே பேருந்து
நிலையம் தான்
எப்போதும் போல்
உனக்காகவே
காத்திருந்தேன்.....!
அந்த கம்பத்தின்
பின் பாதி முகம்
கூட தெரியாத
அளவுக்கு....!
எப்போதும் போல்
நீ
என்னை ஒரு
துரும்பென கூட
திரும்பி பார்க்காமல்
அமைதியாய்
கடந்து சென்ற
அந்த நினைவுகள்,
இன்று நீயில்லாமல்
நான் மட்டும்
அதே கம்பத்தின்
பின்னால் நின்று
ஏக்க புன்னகை உதிர்த்து கொண்டுறிருக்கிறேன்....!
திரும்பாத பயணம் உன் பயணமென்பதறிந்தும்......!

மொத்த பாடல்களையும்
அழித்து மீள் பதிவேற்றம்
செய்து கொண்டு
இருக்கிறேன்.....!
எனக்கான வரிகள்
தொலைந்து
போனதால்......!

#தேடல்#

எப்போதும் எதாவது
செய்து விடுகிறாய்.....!
நீ சொல்ல
எத்தனிக்கும்
அனைத்து சொற்களையும்
விழி வழி வீசி.....!
நின் கண்ணில்
விழுந்து ,காய்ச்சலில்
வீழ்கிறேனடி.....!
சீறி செல்வதில்
அலாதி பிரியம்
கொண்டவளே.....
இப்படி நுதலுயர்த்தி
கூறிடுகிறாயே
என்னை.....!
நியாயமா நீயே சொல்....!

#கண்சாடை#

ஒரு நூறு
கவிதைகளில்
ஒரு கவிதை
பிழையாவதால்
என்ன நேர்ந்து
விட போகிறது....?
சாகித்திய அகாதமி
விருது ஒன்றும்
தவறி விட
போவதில்லை....!
மழைநீரில் மிதக்கும்
காகித கப்பலுக்கு
தான் மனம்
எத்தனை அடம்
செய்கிறது.....!
அந்த ஒரு
எழுத்துப்பிழை
திருத்திய பின்பே
ஆறிடும்
மனமென்பதும்
அதுவே ....!
இப்படியாகவே
அமைந்துவிடுகிறது
நமக்கான
முத்தங்களும் ......!

எங்கிருந்தோ
எப்படியோ
எனக்காய் சிறகடித்து
பறந்து வந்த
பறவை தான் அது......!
தானாய் வந்தது,
தானாய் என்
கைகளில் அமர்ந்தது......,
உனக்காக நான்
இருப்பேன்
என்றெல்லாம்
வசனங்களை
சுவாசங்களாய்
தந்தது......,
எனக்காக நீ
இருக்க வேண்டுமென்ற கட்டளைகளையும்,
கணிவாய் இட்டது.....,
புது உலகம் படைத்து,
அதில் எனை
மட்டும் வரித்து,
உறவென
அதுமட்டுமானது,
தான் தான் என்று
நிரம்பியதோடு,
தான் மட்டும் தான்
என்றும்,
நிரப்பியது.....,
வேறெங்கும் கண்
இமையா வண்ணம்
கடிவாலங்களை
பாசத்தின்

பிணைப்பில்
இறுக்கியது.....,
மூச்சு திணற
தொடங்கியதெனக்கு.....
பழகும் உறவுகளை
தவறாக சித்தரித்தது......,
இல்லையென
மறுத்தும்,
ஆமென கர்ஜித்தது,
எல்லைகளை
கடந்த போது
வழிகளற்று ஆமென
உரைத்தேன்.....
எனக்கு தெரியுமென
தூரம் நகர்ந்தது.....!
அதுவே படைத்து,
அதுவே உடைத்தது,

பாசங்கள் என்னும்
பெயரிலும்,
உரிமைகள் என்னும்
பெயரிலும்,
சுதந்திரம்
சூறையாடப்பட்டு,
உறவுகள்
தொடர்கதை கூட
ஆகாமல்,
முற்று பெற்ற
கதைகள் ஏராளம்.....
அவர் அவர் இடத்தில்
நின்று தூரங்கள்
வேறாகும் போது,
காட்சி மட்டும்
எப்படி பிசகாமல்
இருக்கும்.....?
ஓரே காட்சியாய்
இருக்க
வேண்டுமென்பதெல்லாம்
மூடத்தனம்....

#பாசங்களும், உரிமைகளும்
சுதந்திரத்தின் சிறைச்சாலை.....#

மை தீராமல்
தீட்டுகிறது இத்தூவல்....!
தீரும் வரை
தீட்டிவிடு உன்
ஓவியத்தை
என் தேக
இழைகளில் ......!

சரி செய்து விடு....
கலைத்து போடு....
கரைந்து போகும்
என்னை
குழைத்து போடு.....
கொஞ்சம் நீயும்
கலைந்து போ.....!

விரல் தொடு....
அதன் நுனி சுவை .....
கைகளை பற்றி
காலம் முழுதும்
உடன் நட......
தலை கோதி
ஆறுதல் தேட வை....
மடி சாயும்
போதெல்லாம்
மரண சாசனம்
ஒன்று எழுதி கொடு......
கால் நகத்திலும்
காதலாய் பரவு....
இடையில் விரவி
களவு செய்.....
நெஞ்சு பள்ளத்தில்
தஞ்சம் புகுந்து
இதயத்தை
எக்கு தப்பாய்
துடிக்க வை....
சில நேரம்
நிறுத்தி கூட வை.....
மூச்சு கலந்து
உணர்வூட்டு......
எச்சிலின் புதிய
சுவையை பரிமாறு.....
பசி தீர்ந்தும்
பந்தி தொடரட்டும்.....!

இதுவரை நான்
திகட்டமால் ரசித்து,
ருசித்து
செய்வது......
ஒரு கோப்பை
தேநீரில் இதழ்
பொதிந்து சுவாசம்
மறப்பதும்,
எழுதி எழுதி
பக்கத்தை மூச்சு
முட்ட வைப்பதும்
தான்....
இதையெல்லாம்
விட உன்னை முத்தமிட்டு
கொள்வது
மிகுந்த ருசியாகி
போகிறது
இப்பொழுதெல்லாம்......!

.ஓ
உன்னை மட்டுமே
வரிக்கிறேனாம்.....
பக்கத்தை புரட்டும்
போதெல்லாம்
தூரவலின் புலம்பல்.....!

எனக்கு நான்
மட்டுமென்பதில்
மீயதிக உறுதி
யெனக்கு.......
நானுமிருக்கிறேன்
என்றும்,
எப்போதும்
இருப்பேனென்றும்
அதுவாகவே
வந்தது
எவ்வளவு சொல்லியும்
கேட்காமல்....!
என்னிடம் பிரிவை
தாங்கும் சக்தியும்
இல்லை.....,
வலி தாங்க
வழியுமில்லை என்று
ஆயிரமாயிரம் முறை சொல்லியும்,
பிரிவதாய் இல்லையென்ற வாக்குறுதிகளை வழிதோறும்
சொல்லி....,
நிறைவாய்
நீ நீயாகவே
இருந்திருக்க
வேண்டுமென்ற
அறிவுரையையும்
அடித்து சொல்லி
நகரும் உன்னிடம்
நான் எதை சொல்லி
இழுத்து பிடித்து
நிறுத்துவேன்...?
தவறெல்லாம்
என்மேல் இருக்கும்
பட்சத்தில்....!

பாசங்கள் வேசமென்று
சலித்து வெறுத்து,
அனைத்தையும் மரித்து,
யாரும் வேண்டாமென்று
தூர ஒதுங்கி,
தள்ளி விலகி
நடந்து போகையில்
வந்து நிற்கிறது
கைக்குள் பாதுகாப்பாய்
பொதிந்து வைத்து
கொள்வதாய்
சொல்லிக்கொண்டு
ஒரு உறவு.......
பயத்தோடும்
பதற்றத்தோடும்
பேச்சு கொடுக்க
கூட நடுங்கி
கொண்டு இருக்கையில்
நான் எப்போதும்
இருப்பேனென
பட்ட மரத்திடம்
பச்சையம் விட ஒரே
ஒரு ஒளிக்கீற்றுக்கு
வழி செய்து......
கட்டியணைத்து
ஆறுதல் சொல்லி,
தான் சோலை
வனமாவதாக
அம்மரத்தையே
நம்ப வைத்து,
அக்கடைசி துளி
ஒளிக்கீற்றை
அம்மரத்திற்கு

தெரியாமல் மூடி,
தான் வந்த வழி
செல்வதாகவும்,
மரத்தையும் தான்
வழி செல்ல சொல்லியும்,
மரத்து போன
மரத்திடம் மணம்
பரப்பி
இருந்த ஒரு சொட்டு
நம்பிக்கையையும்
ஆழ பிடுங்கி
செல்லும் அவ்வுறவிடம்
என்ன சொல்லி
புரிய வைப்பது .....?
ரப்பர் மரங்களுக்கு
ரணங்கள் புதிதல்ல
என்பதற்காக வலிகள்
இல்லாமல் இருக்காது
என்று.....!

மிகவும் கவனமாக
நடக்க வேண்டுமென
ஒவ்வொரு முறையும்
பார்த்து பார்த்து
தான் நடக்கிறேன்......
இருந்தும் எங்காவது
தடுக்கி விழுந்து
விடுகிறேன்.....!
எழுவதற்குள்
அருகில் இருக்கும்
ஏதோ ஒன்றில் முட்டியும் கொள்கிறேன்....
ரணங்கள் பட்டு
வலிகள் இருந்த
போதும் மீண்டும்
எழுந்து நின்று
விடுகிறேன்,
நான் எழுந்து
நிற்பதால்
என்னவோ
என் ரணங்கள்
ஆறிவிட்டதாய்
நினைத்து,
பாதையில் கிடக்கும்
சில்லொன்று
நகத்தை பதம்
பார்த்து விடுகிறது......
உதறி தள்ளி
மீண்டும் நடந்தால்
வளைவொன்றில்
தகடொன்று குத்தி
விடுகிறது.......
எது எப்படியோ
எங்காவது கீறி

கிழித்து கொண்டு
ரத்தம் சொட்டாமல்
நான் வீடு
திரும்புவதேயில்லை....!

எத்தனை
குறுஞ்செய்திகள்
போர் தொடுத்து
நின்றாலும் அந்த
ஒருவரின்
குறுஞ்செய்திக்குதான்
விரல்கள் உடனே
பதிலை தேடி
அனுப்பி வைக்கின்றன.....!

தற்கொலை
கோழையின்
முடிவென யார்
சொன்னது.....?
கதறி அழ
யாருமற்று....,
காரணங்கள்
ஆயிரமிருந்தும்,
காரணா காரியங்கள்
ஏதுமின்றி,
கைவிரித்து ஒற்றை
சொல்லில்
நீயன்றி என்
வாழ்வில்லையென
சொன்ன
ஆறுதல்கள் யாவும்,
நீயெனக்கு
பாரமென
நெஞ்சில் ஈட்டி பாய்ச்சி,
குத்தி குதறி
புண்ணாகி சீழ் பட்ட
ஓரிடத்தில்,
கீறி கிழித்து
குருதி பெருக,
இரத்தம்
உறியபட்ட நிலை.....!
வெடித்து சிதற
ஆட்களற்று.....,
அனைத்து நம்பிக்கையும்
கைநழுவி,
கடைசியாய்
ஒரு கொடியை பற்றி
பார்வை மங்கலாகி,

குறைந்த
வெளிச்சத்தில்
ஒரு ஒளிக்கீற்றை நம்பி,
நிற்கையில்
அந்த கொடியும்
பற்று போகும் போது,
இத்து போகும்
மனநிலை
செத்து போனாலென்ன
என்று
மக்கி போகிறது
நடைபிணமாகவோ
இல்லை
சவமாகவோ.....!

தேடுவார்
இல்லாத நிலையயில்
தொலைவதில்
என்ன சுவாரஸ்யம்
இருந்துவிட முடியும்......!

யாராலும் தேட
பட மாட்டேன்
என்பதற்காகவே
தொலைந்து போகிறேன்......!

**சாபமே என் வரமும்....**

மணம் வெதும்பி
அழும் போதெல்லாம்
தேவைப்படுவதெல்லாம்
நான் இருக்கிறேன்
என்ற ஒற்றை
வார்த்தை தான்,
அந்த ஒற்றை
வார்த்தையும்
வற்றி போகும்
போது
சென்றழுவ
யாருமற்ற
நிலையெல்லாம்
சாபம்....!
ஆனால் அதில்
நான்
அதிர்ஷ்டசாலி...
ஒவ்வொரு முறை
நான் உடையும்
போதும்,
நான் இருக்கிறேன்
என்று ஏதோ
ஒரு ரூபத்தில்
என்னை தழுவி
கொள்வது
இந்த தனிமையும்,
வரிகளும் தான்.......!

**தூரம் பெருகியும் துணைக்கு செல்கிறேன்.......**

எங்கே நடக்கிறேன்
என்பதறியாத
என் கால்களும்.....,
சேருமிடத்தின்
தூரமறியாத நானும்....!

## சுமையிலோரு சுகம்.....

எத்தனை முறை
முட்டி கொண்டும்
புத்தி மாறுவதாக
இல்லை.....!
எத்தனை முறை
எத்தி கொண்டும்
பாதை மாற்ற
மணமுமில்லை.....!
பேந்து, வீங்கி,
பருத்து
வழியெல்லாம்
சீழ் பட்டும்,
ரத்தம் கசிந்தும்......
வலி பெறுவது
மட்டும் மாறாமல்.....!

## நானென்பது……

யாருக்கும் வலி
நீக்கியாகவோ,
வலி
நிவாரணியாகவோ
இருக்க
ஆசையில்லை,
எனக்கு யாரும்
வலி கொடுக்காமல்
இருந்தால் சரி….!
ஏனென்றால்
எனக்கு
நான் மட்டும் தான்
இருக்கிறேன்
முதலாகவும்,
கடைசியாகவும்……!

## கோழியா முட்டையா.....?

கவிஞர் என்றாலே
காதலை தான்
கையில் எடுப்பார்கள்....!
இல்லவே இல்லை
காதல் தான்
கவிஞர்களை
பிரசவிக்கிறது......!

**கலையின் மீது காதல்.....**

கவிஞனுக்கு
காதல் வருமா
என்பதெல்லாம்
இரண்டாம் பட்சம்....
கவிஞனின் காதல்
கவிதைகளோடு
கூட முற்று பெறும்....!
ஆனால் ஒவ்வொரு
காதலும்
ஒரு கவிஞனை
பெற்றெடுத்து
கொண்டே இருக்கிறது.....!
இதோ என்னில்
நீ நிரம்பியது போல.....!

## எதையும் அதுவாகவே ஏற்றுக்கொள்....

நீ நீயாகவும்,
நான் நானாகவும்
இருந்த போது.....
நிர்வாண பட்டு
கிடந்த மனதோடு
சிரித்த
சிரிப்புகளில்
எந்த ஒளிவு
மறைவும் இல்லை.......!
எந்த கள்ள
கபடங்களும்
இல்லை......!
எந்த உரிமை
சிக்கலும் இல்லை......!
சட்ட ஒழுங்கு
மீறல்களில் சரத்துகள்
குறைக்க படவேண்டிய
அவசியங்கள்
இருந்ததில்லை......!
உனக்காக
என்று நானும்
எனக்காக
என்று நீயும்,
ஒருவரை
மாற்றாத வரை
நமக்குள்
அனைத்துமே
பேரழகாய்
மிளிர்ந்தது .......!
வரம்புகள் இல்லாத
வரை தழும்புகள்

இல்லாமல்
தான் இருந்தது......!
இப்பொழுதெல்லாம்
தழும்பிற்கு மேலும்
ரணங்கள் ஆறாமல்
சீழ் பிடித்து
வலி கூட்டுகிறது......!

## நேரப்படுகை......

இங்கு ஆறுதல்களை விட,
அருகமர்ந்து
அமைதியாய் மடுக்கும்
செவிகளுக்கான
தேடல்கள் தான் அதிகம்......!

## மீட்டு.....

நீயுமா
என்ற வார்த்தைக்கு
பின் தான் உடையபட்ட
இதயத்தின்
கடைசி நரம்பும் செயலிழந்து போகிறது......!

**ஊசல்மாணி.....**

உயிர் பிரிய
போகிறதென்றறிந்தும்
கடைசி துளி
தண்ணீரை நம்பி
இறுக்கி பிடித்து
வைக்கப்பட்ட உயிர்....!
அக்கடைத்துளி
தண்ணீர் தெரிந்தோ
தெரியாமலோ
கழுத்தில் பட்டு
வீணாய் போனது.....
இருந்த ஒரு சொட்டும்
பாழாய் போக்கியது
உயிரை......!

## உடைந்தும் உயிர்க்கிறேன்....

எல்லோராலும்
உடைக்கப்பட்ட
ஒன்றுதானே,
சுக்கு நூறாக
நொறுங்கிய ஒன்று
தானே....,
கேட்பாரற்று கிடக்கும்
சிதிலம் தானே.....,
நாம் ஏறி மிதிப்பதால்
ஏதேனும் புதுசாக
உடையவா போகிறது
என்றே இங்கு
பலது உடைக்க
படுகிறது.....
சில நேரங்களில்
பொருட்களாய்.....!
சில நேரங்களில்
சொற்களின் மூலம்,
சில நேரம்
நடத்தைகளாய்....!
சில நேரம்
உணர்வுகளாய்.....!
வழிகள் வேறான
போதும்
வலிகள் மட்டும்
மாறாமல்.......!

.

**நாங்களென்பது எதுவெனில் ......**

சில கோடி சொற்கள்.....!
பல லட்ச பேச்சுக்கள்......!
சில ஆயிர
உரையாடல்கள்......!
பல நூறு சந்திப்புகள்...!
450 தொலைபேசி
தொடர்பு எங்கள்....!
இரண்டு தசமத்தில்
நெருங்கிய
பழக்க வழக்கங்கள்.....!
எவ்வளவு இருந்தும்,
மனம் சரியில்லை
என்றான பின்
அந்த ஒரே ஒரு 10
எண்களுக்கு மட்டும்
தான் அழைப்பு
விடுக்க முடிகிறது......!

#இதற்கு பெயர்
எதுவுமில்லை....#

**மை பூசிய முத்தகலவை......**

பறவைகள்
உரசி மேகங்கள்
உடையபோவதில்லை.....!
நிலவை
சுமப்பதால்
வானுக்கு உடல்
வலிக்க போவதில்லை.....!
பட்டாம்பூச்சி
அமர்வதால்
பட்டுப்பூவுக்கு
நோவாகி
போகபோவதில்லை.....!
நீரை தேக்கி
வைக்கும் கடலுக்கோ,
நீரில் நீந்துவதால்
மீனுக்கோ,
காய்ச்சல் வர
போவதில்லை......!
என்னிடம் சுழித்து
செல்லும் உன்
கோவத்தில் என் இதழுக்கு
எந்த இழுக்கும்
நேரிட போவதில்லை....!

## *சன்னலும் சந்தோஷமும்.....*

பத்து நிமிட
பயணம் தான்
இருந்தும்
ஜன்னலோர
இருக்கைக்கு
கர்ணம் போடும்
இந்த மனசு
பக்குவத்தை மறித்து
ரெக்கை விரிக்கிறது....!

#லேசா பறக்குது#

**சிறகை கொடுத்து இறகை பறித்தாய்.....**

ஒரு சொட்டு மீதமின்றி
உதிரத்தை உறிஞ்சு
எடுத்த உணர்வு.......
துரோகமிழைத்த
இதயக்கூடு......
எதிரியான செயலாக்க
மண்டலம்.....
நொறுக்கி போட்ட
நொடிகள்......
நோகடிக்கும் பொழுது......
அச்சுறுத்தும் இரவு......
நீயென்னும் தீரா
நோயில்
தெம்பற்ற நான்......
மரணப்படுக்கையில்.....
பெரும்பொழுதாய் சில
இரவுகளின்
தனிமைகள்......

**என்னவாக இருந்தும்......**

மறந்து விடவில்லை.....
மறக்க நினைத்ததுமில்லை......
மறுக்கவுமில்லை......
உனக்கான இடத்தை
நிரப்ப நான் இன்னும்
யாருக்கும் அனுமதியும்
கொடுக்க
தயாராக இல்லை......
அப்படியே......
அதே இடத்தில்.....
இன்னும் கொஞ்சம்
ஆழமாக கூட.....
உனக்கான இடம்
அங்கேயே மிகவும்
பாதுகாப்பாக......
முன்னால் எப்படி
இருந்ததோ
அதே மிணுக்கோடு
அப்படியே......
விம்ம மறுத்த
விசும்பல்களை சுமந்து
அவ்வப்போது
புகைப்படம் திருப்பி......
அனைத்து பொழுதிலும்
குறுஞ்செய்திகளை
சுவாசித்து.....
இப்பொழுதெல்லாம்
உன் குழந்தையயும் சேர்த்து
நினைத்து......
அங்கொன்றும்

இங்கொன்றுமாக
என
ஏதோ ஒரு வடிவில்
உன்னோடு தான்
கழிகிறது
இப்பெரும்பொழுது......
எப்பொழுதும் உன்னோடு
கழியவே பேராசையும்
கொள்கிறது.........
நீ மீண்டும் வர
போவதில்லை
நான் உன்னில் இருந்து மீள
போவதாக
தெரியவில்லை........

# கொட்டி தீர்க்கவா ஒரு முட்டால் மேகமா#.......

## முடிவேதும் இல்லாமல்....

என்னால் எழுதிட முடியாத கவிதை அவன்........!

### பல்லியின் கீச்சொலி....

கண நேரத்தில்
கரைந்து மடியும்
அந்த வால்நட்சத்திரத்தின்
சாயல் உன் ஓசையில்லா முத்தங்களுக்கு.......!

### மழை காலம்........

சொட்டுவது நீர் தான்
தேங்குவது மட்டும்
உன் நினைவுகள்......!

## இலையுதிர் காலம்.......

இலைகள் வேண்டுமென்றோ
வேண்டாமென்றோ
உதிர்வதில்லை....
ஒரு எல்லை கோட்டுக்காய்
காத்திருக்கின்றன.....,
எல்லை தொட்டவுடன்
பட்டென மண்ணில்
வீழ்கின்றன.....,
நீ எனை பொறுத்து
கொண்டு
எனக்காக அமைதி காத்து,
நீ எனை விட்டு சென்றாயே
அதே போல் தான்........!
உதிரும் இலைகளில்
கூட
நீ எனை விட்டு சென்ற
பாதச்சுவடுகள்......!

**வாசம்......**
வறண்டு கிடந்து
பாலைவனத்திற்கு
கிடைத்த வசந்தகாலமும்
நீ தான்.....!
நெருங்கி வந்தவுடன்
தடமற்று போன
கானல் நீரும் நீ தான்.......!

## திருமதி…….

என் வயதினை வளைத்து
மெட்டியாக்கி கொண்டாய்…..,
என் ரகசியங்களை
சுருட்டி
கக்கத்தில் முடிந்தாய்…..,
என் வெக்கங்களை
அள்ளி
மஞ்சள் பூசி மகிழ்ந்தாய்…..,
என் வாழ்வினை
திரித்து
தாலியாக்கி கொண்டாய்……,
என் உயிரினை
பிசைந்து
தாயாகி போகிறாய்…..,
என் உணர்வினில்
புகுந்து
நானாகி விடுகிறாய்……!
என் யாதுமாகிறாய்….!

**வெறும் காதல்........**

சடங்கு
சம்பிரதாயங்களை
களைந்து
வா நாமாகவே வாழ்வோம்.....!
இச்சமூகம் நமக்கு
அவப்பெயர்களை
சூடினால்
செந்தீயிட்டு கொளுத்தி,
அதையும் களைவோம்
நமக்கு நாமாக மட்டும்
காதலை மட்டும்
ராட்சியாக்கி.....!
அன்பிற்கு எந்த
கட்டு காவலும்
தேவையில்லை......,
அன்பிறுக்கும் இடந்தனில்
பிரிவதற்கு இடமோ,
அதை தடுத்து நிறுத்த
சடங்குகளோ தேவையாய் இருப்பதில்லை.....!
நாமாகவே வாழ்வோம் வா
வெண்பா......!

## கொடுங்கோல்ஆட்சி கோவ சாட்சி .....

ரொம்ப லேசான
மனநிலை
வாய்ப்பதெல்லாம் வரம்......
எப்பவாவது கிடக்கின்றன வரங்களை......
ஒற்றை வார்த்தை
சிதைத்து சென்று
விடுகின்றன,
பல நாள் தவம்
கலைந்து விடுகிறது
கண நேரத்தில்......!


#கோவ வார்த்தையில் சில்லரித்து போகும் மனம்#

## காமம் மட்டுமில்லை.....

கனல் கக்கும்
நெருப்பாலும்
தர முடிவதில்லை,
உன் உள்ளங்கையின்
கதகதப்பை,
மார்கழி குளிரும்
உன் மார்பில்
அடைக்கலமாகும்
நானும்.......!

ஆர்ப்பறிக்கும்
அலைகடலின் முன்
எனை மட்டும்
சும்மாயிருக்கச்சொல்லி
அதட்டுகிறாள் ராட்சசி........!

இவ்வளவு பெரிய
உலகில்
எவ்வளவோ இருந்தும்.....
உனது நினைவை மட்டும்
கவ்விக்கொண்டு
அலையும் நான்........

கருமையை
அப்பிக்கொண்டு
திரியும்
இவ்விரவில்
தன்னிருள்
போக்க எத்தனை
எத்தனையாயிரம்

தனிமை விரும்பிகள்........
இளையராஜாவையும்
யுவனையும்
துணைக்கழைத்து......!
நான் கொஞ்சம்
மிஞ்சி போய்
நம் நினைவோடு......

முப்பொழுதும்
தழுவிய நிலையிலேயே
நிலையாய் இருந்தும்......
மீண்டும்
மீண்டுமென
தழுவல் மட்டும்
ஓயாமல் இருக்கிறதே
அதோ அந்த அலைகள்.
அவைகளை
மட்டும் அழகாய்
ரசிக்கிறாய்.....!
இதுவே
நான் செய்தால்
சீ பொறுக்கி
விடென்று தூரம்
நகர்கிறாய்.....
ஏனிந்த
ஓரவஞ்சனையடி
உனக்கு.......!

இவ்வளவு நேரம்
நெரிசலும்
சத்தமுமாய் இருந்த
இதே இடம்
திடீரென
வெறிச்சோடி போனது.......
ஒன்றுமே இல்லாத
ஒன்றுக்காய்
நீ எனை
விட்டுச்சென்றதைப்போல்.....!
சூழ்நிலை
வேறான போதும்
என்னிலை மட்டும்
மாறாமல்....!

ஏறத்தாழ
மணி பத்திருக்கும்
அவ்வளவு ஒன்றும்
சதைப்பிடிப்பில்லாத
5 வயது குழந்தை........
அம்மா எவ்வளவு
சொல்லியும்
உண்ண மறுத்து
தலையை சிலுப்பி
கொண்டிருந்தது......
என்ன மாய
வார்த்தை அந்த தாய்
பேசினால்
என்பது நானறியேன்......
நான் அறிந்ததெல்லாம்
முதல் முத்ததிற்காய்
நீ என்னிடம்
சொன்ன
ஐ லவ்யூக்கள்
மட்டுமே.......!

வானில் ஒரு
தீப்பந்தமேற்றி
ஊருக்கே
வெளிச்சமிடும்
வானை போலவே
தான் உன்
நெற்றிப்பொட்டும்......!

தேய்ந்தாலும்
கரைந்தாலும்,
நிலவின்
வனப்பு
துளியும் குறையாது
அதே போல் தான்
நீயுமெனக்கு.....!
கோவத்தில்
முகம் சுளித்தாலும்
ஆசையாய்
நகம் கடித்தாலும்.......!

பகலில்
நிறமற்றுத்திரியும்
நீரில்
தன் மேனிச்சிறப்பாய்,
பொன்கிரனங்களை
உருக்கி ஊற்றி,
மினுமினுப்பேற்றி
ஜொலிக்க வைக்கும்
நிலவிடமே
நித்தம் விளையாட்டு
விழா நடத்தும்
அலைகள்........!
தூரங்கள்
அதிகமிருந்தும்
ஊடுருவி
கலக்கும்
ஊடல் மட்டும்
குறையாமல்......

அலைகடலும்
வெண்ணிலவும்........❣

எவ்வளவு இயல்பாய்
இருந்து விட
முடிகிறது
உன்னால் மட்டும்......
இயல்பான பேச்சு......
இயல்பான சிரிப்பு.....
இயல்பான உரையாடல்... ..
இயல்பான அன்பு.......
இயல்பான நீ........
இயல்பான
உன் காதல்......
என்னிடம் முதல்
முறை
உரையாடலின் போது
எவ்வளவு
இயல்பாய்
இருந்தாயோ
அந்த இயல்பு
உன் காதலை
சொன்ன போதும்
மாறவில்லை.....
சொல்லி
முடித்தும்
மாறவில்லை.....
இப்போதும்
ஏதும் மாற்றமில்லை....
எப்படி உன்னால்
மட்டும் இவ்வளவு
இயல்பாய் இருந்து
விட முடிகிறது.....!
நமக்கான
தனிமைகளிலும்

உன் இயல்பு
மாறவில்லை......
புறவெளியிலும்
அதே இயல்பு
மாறவில்லை......
இப்போதெல்லாம்
நானும் மிக எளிதில்
இயல்பாகவே
இருக்கிறேன்......
எதையும் பூசாத
ஒப்பனைகளற்ற
இந்த இயல்பில்
தான்
எத்தனையின்பம்.....!
நீ இல்லாது
போயிருந்தால்
நானும்
இருகிய
இதே முகத்தை
தூக்கி சுமந்து
ஊருக்காய்
வாழ்ந்திருப்பேன்.....
என்னை
எனக்களித்தவளே.....
நான் நானாக
காரணமான....
இயல்பியே.....
இயல்பான
அணைப்புகளும்....
முடிவிலி முத்தங்களும்.....

இருகி போன சிரிப்பு.....
மருகி மீளும்
மனம்.......
துருப்பிடித்த
வாழ்வு.....
தூசு படிந்த காலம்.....
கறை பிடித்த
கனவுகள்.....
உறைந்து
கிடக்கும் நேரம்.....
செல்லறித்த
உணர்வுகள்.....
இவற்றின்
ஊடே
இவ்வழிப்போக்கன்
வழியின்றியும்
வாழ காரணம்......
சிலிர்ப்பூட்டி
சிலாகிக்கும்
உன் ஊடல்
மொழி
நினைவுகளேயன்றி வேறொன்றுமில்லை......!
இதுவரை
எத்தனையோ பேர்
எனை அழகென்று
சொன்னதுண்டு,
ஆனால் இவ்வளவு
நெருக்கமாக
முகத்தின் அருகே
ஒரு முத்தமிட்டு
குழந்தையை
கொஞ்சுவதை போல்
எவ்ளோ அழகு

தெரியுமா நீயென்று
சொன்னது
அவளே முதல்.......!
ஒரு பெண் ஒரு
பெண்ணிடமே
சொல்வதில்
என்ன இருந்து
விட முடியும்.... ?
ஏன் ஒரு பெண்
ஒரு பெண்ணை
ரசிப்பதென்பது
ரசனைகளில் அடங்காதா.....?
காதலுக்கேதும்
விதிமுறைகள்
உண்டோ....!

காதலர்கள் இல்லா
இக்கடற்கரை
எப்படி இருந்திருக்கும்....?
வியாபாரத்திற்கும், போக்குவரத்திற்க்குமாய்.....
சூன்யமாயிருந்திருக்கும்..... !
எதிலுமே காதல்
வரிகள் தானா..... ?
ஏன் கவிஞர்களுக்கு
காதலை தவிற
வேறெதையும்
எழுத
தெரிவதேயில்லை....?
இவ்வுலகில்
காதலன்றி
பேசுவதற்கோ,
எழுதுவதற்க்கோ
எதுவுமேயில்லையா...?
காதலே
இப்பிரபஞ்சத்தை
மலர வைத்து
கொண்டுள்ளது
காதலில்லா
கடற்கரை சூன்யம்....
காதலில்லா வீடு
கற்களால்
மட்டுமேயான
கட்டுமானம்......
காதலில்லா
உணவு நஞ்சு......
காதலில்லா
உடல் சதை பிண்டம்.....

*காதலில்லா*
*காமம் விபச்சாரம்......*
*காதலில்லா*
*ஓவியம் கீறல்கள்.......*
*காதலில்லா எழுத்து*
*மட்டும் எப்படி*
*உயிர்க்கும்......?*

இக்காதலும் காமமும் ஆண் பெண்ணென இருபாலுக்கு
மட்டுமில்லாமல் உயிரென பிறப்பெடுத்த அனைத்து
உயிர்களுக்கும் பொதுவாய் இந்நூல்....